கல்யாணி

முதலிய கதைகள்

வல்லிக்கண்ணன்

Title: Kalyani Mudhaliya Kathaigal

Author: Valliakannan

Language: Tamil

First Published on: 1974

Year of Publication: 2024

Book Format: Paperback

*Page Size: 6inch * 9inch*

Category: Fiction

Subject: Short Stories Collection

No. of pages: 132

ISBN: 978-81-989211-4-7

Published by: Nilan Publishers, Madurai, Tamilnadu, India

பொருளடக்கம்

படிப்பதற்கு முன்......4
சில வார்த்தைகள்......8
கல்யாணி......12
ரோஜா இதழ்கள்......48
இது சகஜம்!......55
சொர்க்கவாசல்......65
அந்தரப் பிழைப்பு......78
நாகலோகக் காதல்!......86
ரதியின் தோல்வி......95
வைகுண்டக் காதல்......101
வாழ்க்கையில்......107
புனர் மரணம்!......113
அபலையின் சாபம்......120
இந்த யுகத்திலே......125

குறிப்புகளுக்காக

படிப்பதற்கு முன்

புத்தகம் வெளியிடுவதனால், அதற்கு முன்னுரை ஒன்று சேர்ப்பதும் சம்பிரதாயமாகி விட்டது. அந்த சம்பிரதாயத்தை மீற மனமில்லாமலோ என்னவோ, இந்தப் புத்தகத்துக்கு முன்னுரை எழுத வேண்டிய பொறுப்பை எனது தலையில் கட்டிவிட்டார் நண்பர். அதனால், கதைகளைப் படிப்பதற்கு முன்பாக, எனது அளப்புகளைப் படிக்க வேண்டிய அவசியம் உங்களுக்கு ஏற்பட்டிருக்கிறது. அதனால் என்ன! கதைகள் என்ன சொல்கின்றன வென்று அறிவதற்கு முன், அவற்றைப் பற்றியும் அவற்றின் பிரம்மாவைப் பற்றியும் நான் என்ன சொல்கிறேன் என்பதும் கவனிக்க வேண்டிய விஷயந்தான்.

'கல்யாணி' முதலிய கதைகளைப் படித்து முடித்ததும் எனக்குத் தோன்றியது இது தான்: நண்பர் வல்லிக் கண்ணன் ஒரு விசித்திர ஜீவன். இந்த உலகத்திலே - இந்த யுகத்திலே வாழ லாய்க்கற்ற பிறவி அவர்.

பின் என்ன?

பெண்களுக்கு உரிமை, பெண்கள் சுதந்திரம், பெண்களுக்கு மதிப்பு என்று பெண்மையைப் போற்றி, பெண்களுக்கு முதலிடம் கொடுக்கும் இந்த நவயுகத்தில், நவயுகப் பெண்களைக் கிண்டல் செய்வதே லட்சியம் எனக் கொண்டு ஒருவன் கதைகள் எழுதினால்!

காதல் காதல் காதல்; காதல் போயின் சாதல், சாதல், சாதல் என்ற முழக்கம் எங்கும் ஒலிக்கும் இந்த நாட்களில், காதலே "பார்க்கும் இடமெங்கும் நீக்கமற நிறைகின்ற பரிபூரணானந்தமாக" மிளரும் பொழுது, 'எனக்குக் காதலில் நம்பிக்கை இல்லை.காதலாவது கத்தரிக் காயாவதுஎன்று ஒரு பேர் வழி அலுத்துக் கொண்டு காதல் பண்புகளைக் கிண்டல் செய்தால்? அந்தப் பிரகிருதியை இந்த நூற்றாண்டில் ஒரு பைத்தியம் என்று தானே சொல்ல முடியும்?

கோவில்களிலும், புராண ஏடுகளிலும் கடவுளைக் காண பய பக்தியுடன் நிற்போர் நிறைந்து நாட்டிலே, கடவுளரையே கதா பாத்திரமாக்கி, புதிய புராணம் தயாரிக்கும் பேர்வழி இந்த உலகத்தில் வாழத் தகுந்த ஆசாமி தானா?

உலகத் தோடொட்ட வாழ் என்று குட்டிக் குட்டிக் சொல்லிக் கொடுக்கும் மனிதர்கள் நடுவில் இருந்து கொண்டு, அந்த மனிதர்களின் செயல்களையும், உணர்ச்சிகளையும் வைத்து, பூவோகவாசிகள் பைத்தியக்காரர்கள் என்று தொனிக்கும்படிக் விதை எழுதும் இந்தப் பித்தனுக்குத் தேவலோகம் பிடிக்கவில்லை நாகலோகமோ வைகுண்டமோ பிடிக்கவில்லை என்றால் 'அப்பாவியே அனுதாபம்? என்று தானே கூறத்தோன்றும்!

சரி. நண்பர் வல்லிக்கண்ணனுக்குக் காதல் பிடிக்க வில்லை, கல்யாணம் பிடிக்க வில்லை, மனைவியுடன் வாழ்வது ருசிக்கவில்லை உகைத்தின் தன்மை பிடிக்க வில்லை. கடவுளரின் திருவிளையாடல்கள் பிடிக்க வில்லை - ஒரு எழவுமே பிடிக்க வில்லை! காரணம்?

வாழ்க்கையில் அடிபட்டு விரக்தி கொண்டு விட்ட சந்நியாசியா அவர்?

இப்படி ஒரு எண்ணம் எழுந்ததானால் தானோ என்னவோ, ஒரு அன்பர் என்னிடம் கேட்டார், 'உமது நண்பருக்கு வாழ்க்கையில் எமாற்றம் ஏற்பட்டிருக்கிறதோ? அவரது கல்யாணத்தில்.... என்று.

"ஏன், ரோஜா இதழ்கள் கதையைப் படித்தீர்களா?' என்று கேட்டேன்.

'ஆமாம். அதனால் தான்......' என்று இழுத்தார் அவர்.

வேறு சிலர் என்ன மிஸ்டர், வானா கானா. நவயுவதிகளின் விரோதியாகவே காட்சி யளிக்கிறாரே. ஏன்? அனுபவம் புகட்டிய கசப்பின் விளைவோ? என்று கேட்கிறார்கள்.

கதைகளைப் படித்து விட்டு அப்படி நினைக்கிறவர்கள் ஏமாறுகிறார்கள் என்று எச்சரித்து விடுகிறேன். பத்திரிகை உலக தர்மப்படி சொன்னால், எல்லாம் கற்பனையே. அவை யாரை யும் எதையும் குறிப்பிடுளை அல்ல தான். அப்புறம், அவை அவற்றிள் பிரம்மாவை எப்படிக் குறிப்பிட முடியும்?

இவ்வளவு சொல்லிய பின், இக்கதாசிரியரைப் பற்றிய உண்மைகளைக் கொல்லாமல் போகலாமா? இவற்றின் ஆசிரியர், வாழ்வில் விரக்தியுற்ற துறவியல்ல. உலகமதை வெறுத்து ஓடி ஒழியும் பித்தரல்ல, புதுமையை, நாகரிகத்தைக் காரணமில்லாமல் குறை கூறும் பழைய

பித்தர் அல்ல வாழ்க்கையில், மனிதன் மனிதனாக வாழவும், அதி மனிதனாக உயர்வு பெறவும், அவனது செயல்களும் சிந்தனையும் பண்படைய வேண்டும் என்று கனவு காணும் லட்சியவாதி நண்பர் வல்லிக்கண்ணன்.

-நையாண்டி பாரதி

சில வார்த்தைகள்

கலை வாழ்க்கையின் கண்ணாடி என்று சொல்லப்படுகிறது. வாழ்க்கைக் கலையில் பிரதி பலிக்கப்படுவது உண்மை ஆனால், வெறும் வாழ்க்கையே கலையாகி விடுவதில்லை, வெறும் கண்ணாடியில் பிம்பம் படியாதது போல.

கண்ணாடியில் பிரதிபலிப்பு ஏற்பட, பாதரசப் பூச்சு தேவை மாகிறது. வாழ்க்கைச் சம்பவங்களும், உணர்ச்சிகளும் கலையாக வேண்டுமானால் எழுத்தாளனது மனோபாவம் - கற்பனை என்ற ரசப்பூசல் அவசியம்.

அதனால், கதை சொல்லும் கலை, எழுத்தாளனது மனப் பண்பைப் பொறுத்தது: அவனது விருப்பு-வெறுப்புகளை அஸ்திவாரமாகக் கொண்டு தான் உருவமாகிறது. ஆகையால் எல்லோரும் இப்படி இப்படித் தான் எழுதுவார்கள், சிறுகதைகள் இந்த இந்த ரீதியில் தான் இருக்க வேண்டும் என்று எல்லை கட்டி விட முடியாது. எல்லோரும் வாழ்க்கையை ஒரே விதமாகத் தான் காண்பார்கள் என்று கூற முடியா தல்லவா? பிரதிபலிக்கும் கண்ணாடிகளில், பொருள்களைச் சரியாகவும், பெரிதாகவும் சிறிதாகவும், கோணலாகவும், உப்புதலாகவும், விசித்திரம் விசித்திரமாகக் காட்டும் பல ரகங்கள் இருக்கின்றன. அப்படித் தான் மனித மனக் கண்ணாடியும். அதன் போக்கே அலாதி.

அத்தகைய மனதில் சிருஷ்டியான சிறுகதைக் கலை அகண்டமானது. ரகம் ரகமானது. அதற்கு எல்லை

கிடையாது; கதைக்குரிய விஷயம் இது இது தான், அவற்றை இப்படி இப்படித்தான் சொல்ல வேணும் என்ற இட்டு திட்டம் கிடையாது. அதாவது, காவியம் எழுதுகிறவன் நாட்டுப் படலம், ஆற்று வர்ணனை அணி வர்ணித்து நகர்சிறப்பு, வீதி மகிமை என்று குல முறை கிளத்துப் படலங்கள் வகுத்து, முன்னேறி விதிப்படி செல்ல வேண்டும் என்ற இலக்கணத் தொல்லைகள் எதுவும் சிறுகதை எழுத்தாளனுக்கு இல்லை.

ஆகையால், வாழ்வின் அனுபவங்களா - அந்த அனுபவங்கள் எழுப்பிய உணர்ச்சிகளை மற்றவர்களும் அனுபவிக்கத் தக்க முறையில் எடுத்துச் சொல்வது தான் சிறுகதை, அதன் உருவங்களும், தன்மைகளும் பலவிதமானவையாக அமையலாம். இவ்விதம் எடுத்துக் கூறும் எழுத்தாளனது உள்ளம். தண்ணீரை ஒட்டவிடாத தாமரை இலை அல்ல அதனால் விசயங்களுடன் அவனது விருப்பு வெறுப்புகளும் கலந்தேவிடுகின்றன கலையில்.

எழுத்தாளன் பூலோகத்தில் நடப்பவற்றைத் தான் தனது எழுத்தின் லட்சியமாகக் கொள்ள வேண்டும் என்பதில்லை. இல்லாத விஷயங்களைக் குறித்து கதையளப்பதும் கலைகளின் உரிமைதான். தன்னைச் சுற்றியுள்ள மனிதவர்க்கத்தின் போக்கையும், நியதியையும் பார்த்துச் சிந்திக்கும் எழுத்தாளன், சிறிது நம்பிக்கையின் தொடுவானமாக விளங்கும் தேவலோகம். கடவுள் பூமி ஆகியவற்றுக்கும் அப்பால் தன் சிந்தனை மூலம் காட்சிகளைக் காண்கிறான்; பார்த்துச் சிரிக்கிறான்; அல்லது, பரிதவிக்கிறான்!

இந்த ரீதியிலே அவ்வப்போது எழுதப்பட்டவை தான் 'கல்யாணி' முதவிய கதைகள், கல்யாணி என்ற 'நெடுங்

கதை' புதியது பத்திரிக்கையில் வராதது. 'சொர்க்க வாசல்' 'சினிமா நிலையம்' கலைமகளில் பிரசுரமானது. மற்றவை கிராம ஊழியனில் வெளியானவை.

எனது கதைகளைப் புத்தக உருவில் பிரசுரிக்க வேண்டும் என்ற ஆசையுடன், எதிர்ப்பட்ட எல்லாச் சிரமங்களையும் பொறுமையுடன் ஏற்று கருமமே கண்ணாக உழைக்கும் எனது அன்புச் சகோதரர் ஸ்ரீ எஸ்.பி.கிருஷ்ணன் அவர்களுக்கு என் நன்றி உரியது. புத்தகம் பிரகரிக்க முன் வந்த 'சினிமா நிலையம்' ஆசிரியர் ஸ்ரீ வி. பிச்சையன், பப்ளிஷர் ஸ்ரீ எஸ்.சுப்பாராவ் முதலியோர்க்கு எனது வந்தனங்கள்.

-வல்லிக்கண்ணன்.

சமர்ப்பணம்
ஆத்ம நண்பர்
நையாண்டி பாரதிக்கு

கல்யாணி

ஸ்ரீமான் அப்பர்சுந்தரம் அப்படி நிகழும் என்று எதிர்பார்க்கவே இல்லை. சிருஷ்டி சக்தி, மனிதர்களுக்கு மட்டும் வருங்காலத்தின் போக்கை உணரும் திறமை அளித்திருந்தால், இந்த உலகத்தில் எத்தனையோ விபரீத காரியங்கள் நடைபெறாமல் நின்றுவிடும்; தடுத்துவிடக்கூடிய வலிமை பெற்றுவிடுவார்கள் மனிதர்கள், அத்தகைய அதிமனித சக்தி எதுவும் பெற்றிராத காரணத்தினாலே தான், அப்பர்சுந்தரம் தனக்குத்தானே ‘சே, என்ன முட்டாள் தனம் செய்துவிட்டேன்!’ என்று அடிக்கடி நொந்து கொள்ள வேண்டியதாயிற்று.

ஊரிலே பெரிய மனிதரான அவர் சுய நிந்தனை செய்து கொள்ள வேண்டிய அவசியம் தான் என்ன என்று கேட்டாலோ, கல்யாணி தான் காரணம் என்று பலரும் சொல்வார்கள். கல்யாணி வளர்ந்த விதமும் அவள் போக்கும் ஊரறிந்த விஷயமாயிற்றே என்றும் சொல்வார்கள். அதனால் தான், திருவாளர் அப்பர்சுந்தரம் நாலு பேரைப் போல கௌரவமாக ஊரில் தலை நிமிர்ந்து திரிய முடிவதில்லை.

அவரது வாழ்க்கைச் சரித்திரத்தின் வெள்ளிய பக்கங்களிலே இந்த அகௌரவத்தின் கறுப்புச் சுவடுகள் பதிந்திருக்க வேண்டியதில்லை தான். ஆனால், வாழ்க்கை நியதி என்ன மனிதரின் நினைப்புக்குள்ளா அடங்கிக் கிடக்கிறது!

அந்த விஷயம் அவர் காதில் விழுந்ததும் அவர் இடிந்து போய் உட்கார்ந்துவிட்டார். அவர் எதிர்பாராதது அது. எதிர்பார்த்ததோ, பாராததோ-அது நடந்து விட்டது. அவரது பெயருக்கு இனி என்ன மதிப்பு! அதை நினைத்த போது தான், அவர் உள்ளம் துடிதுடித்தது, எதிர்காற்றில் அகப்பட்ட காற்றாடி ஓலை போல.

திருவாளர் அப்பர்சுந்தரம் அவரது சமூகத்தில், அவர் குடியிருந்த தெருவில்-ஏன், அந்த ஊரிலேயே என்று சொல்லலாம்-ஒரு ஹிட்லராகக் கருதப்பட்டவர். அவர் நினைப்பும் அப்படித் தான். 'ஐயாப்பிள்ளை பெயரை எழுதி ஒரு சாமானை நடுத்தெருவிலே போடுங்களேன். எந்த ராத்திரியானாலும் அது திருட்டு போயிடுமா, பார்க்கலாம்! எவனுக்கு தைரியம் வரும் அதைத் தொட?' என்று அவரது அக்காள் ஷண்முகத்தாச்சி சவால் விடுந் தொனியிலேயே அவரது அதிகாரத்தின் பாவட்டா பறக்கும் ஒலி படபடக்கும் என்றால், அப்புறம் அளப்பானேன்! ஆனால் அவருக்கு இது பொறுக்காது. 'ஹெஹ்ஹே! நல்லாச் சொன்னே யக்கா! என் பெயரை எழுதித் தான் போடனுமோ? நம்ம வீட்டு முன்னாலே சாமானைப் போட்டால் அது இரும்புப் பெட்டிக்குள்ளே வச்சுப் பூட்டின மாதிரிக் கிடக்குமா, சும்மாவா!' என்று ஒரு கனைப்பு கனைப்பார்.

'பின்னே? எந்த நாய் தொட்டுப் பிழைக்கும்!' என்று தனது சாதுர்யத்தை ஒலிபரப்புவாள் அக்காள்.

அவர்கள் பேச்சில் உண்மை இல்லாமல் இல்லை. மேல் நாட்டுச் சர்வாதிகாரிகள் அரசியல் மாந்தங்களுக்கு விளக்கெண்ணெய் சிகிச்சை மூலம் வெற்றி கண்டார்கள் என்றால், அப்பர் சுந்தரம் திருட்டுவாதம், திமிர்த்தனம்

முதலிய மனிதகுலச் சில்லறை வியாதிகளுக்கு, சவுக்கடி சிகிச்சை சரியான மாற்று என்ற அனுபவ சித்தாந்தத்திலே அசையாத நம்பிக்கை கொண்டவர். அவர் எண்ணினால், அதைச் செயலில் காட்டாமல் இருக்கமாட்டார். இந்த சித்தாந்தத்தினால் ஆட்கொள்ளப்பட்டவர்கள் எவ்வளவோ பேர். தன் வீட்டு விவகாரமல்ல; தெரு, ஊர் வழக்குகளிலும் அவர் முன்னுக்கு வந்து சித்து விளையாட்டை நடத்திக் காட்டத் தயங்குவதில்லை. அதனால் ஊரில் அவருக்கு தனி மதிப்பு, மற்றவர்களுக்குப் பயம். இந்த அஸ்திவாரத்தின் மீது அவர் எழுப்பியிருந்த அந்தஸ்துக் கோட்டை யெல்லாம் காற்றில் அடிபட்ட சிட்டுக்கட்டு போல. ஒரேயடியாகச் சிதறி விடுவது என்றால்! அதுவும் ஒரு பெண்ணின், தனது மகளின், அறியாத்தனத்தால் மண்ணோடு மண் ஆகிவிடுவ தென்றால்!

விஷயம் அறிந்ததும் நீண்ட மூச்செறிந்து மோன நிலையில் அமர்ந்து விட்டார். அவ்வேளையிலே அவர் மனதில் குழம்பிய சிந்தனைச் குறையின் கதியை நிர்ணயிக்க முடியுமா?

அவர் மௌனத்தைக் கலைக்க ரொம்ப நேரம் ஆகவில்லை. தம் மனதை ஒருவிதமாகத் தேற்றிக் கொண்டு, 'இதுக்கெல்லாம் யாரை நொந்து கொள்வது! என் புத்தியை செருப்பால் அடித்துக் கொள்ளணும். அந்தக் காலத்திலிருந்தே சரியான படி பாடம் கற்பித்திருந்தால், இப்படி வருமா அந்த மூதேவி!' என்று அலுத்துக் கொண்டார். அதைப் பற்றி மேலும் கவலைப் பட விரும்பாதவர் போல ஒதுக்கிவிட்டார். ஆனால் காலமும் சூழ்நிலையும் அவருக்கு உட்பட்டன அல்லவே!

எரிமலை வெளித் தோற்றத்திற்குச் சாதாரணமாகத் தான் இருக்கிறது. என்றாலும் அதனுள் கொதிப்பும் குமுறலும் மறைந்து தகிப்புடன் இருக்கின்றன அல்லவா? அவை எப்பெழுதாவது சில சமயங்களில் வெளியே பீறிட்டுப் பாய்வது போல, அப்பர் சுந்தரத்தின் உள்ள நிலையும் வெளிப்பட்டு விடுவது உண்டு. என்னதான் அவர் கவலையற்றவர் என்பது போல் நடந்தாலும், அத்தனையும் வெறும் விஷயம், அந்தச் சம்பவம் அவர் அந்தரங்கத்தைப் புண்ணாக்கி கொதிப்படையச் செய்து விட்டது என்பது நன்கு புலனாகும். அவர் பக்கத்தில் உள்ளவர்கள் மீது எரிந்து விழுவார். பின் ‘என் முட்டாள்தனம்’ என்று ஏசிக் கொள்வார்.

பாவம், ஓடிச் செல்லும் கால நிலை அவரை அப்படி ஆட்டி வைக்கிறது! அவரால் என்ன செய்யமுடியும்?

2 வது அத்தியாயம்.

கல்யாணி தன் தந்தைக்கு அகௌரவம் வாங்கிக் கொடுத்ததற்கு, தந்தையே தான் காரணம். திருவாளர் அப்பர்சுந்தரம் தனது கண்டிப்பையும் சித்தாந்தத்தையும் தன் மகளிடம் காட்ட வில்லை, ‘காக்கைக்கும் தன் குஞ்சு பொன் குஞ்சு’ என்ற கணக்கிலே தான் அதுவும் என்று சொன்னாலும், ஆட்சேபிக்க முடியாது. ஆனால் அதுவே தனிக் காரணமாகிவிடாது:

கல்யாணியின் சின்னஞ் சிறு வயதிலேயே அவள் அன்னை சிவகாமி அம்மாள் ‘கைலாச பதவி’ அடைந்துவிட்டாள், தாயில்லாக் குழந்தையை ஒரு குறைவும் இல்லாமல் வளர்க்க வேண்டும் என்ற பரிவு.

எடுத்ததற்கெல்லாம் 'தாயில்லாப் பசலை... தாயில்லாப் பசலை' என்று வக்காலத்து வாங்கிப் பேச முன் வந்த அக்காள் ஷண்முகத்தாச்சியின் செல்லம். கல்யாணியின் சிறு பிள்ளைத் தனத்திலே கலந்து மின்னிய ஓர் கவர்ச்சி, இவையெல்லாம் போக, அப்பர்சுந்தரச்தின், நவயுக மனோபாவம் – எல்லாம் கூடி கல்யாணியை இஷ்டம்போல் வளரும் மனப் பண்பை ஊட்டிவிட்டன.

கல்யாணி, கள்ளங் கபடற்ற சிட்டுக்குருவி போல் திரிந்தாள். யாரும் அவளை அடக்கவில்லை. கண்டிக்க, சந்தர்ப்பம் இடம் கொடுக்கவில்லை. அவள் சுயேச்சை மனோபாவத்துடன் வளர வளர, அதில் நவயுகப் பண்பு ஊறி முளையிட கலாசாலைப் படிப்பு உதவியது. காலம், அவளை அசல் நவயுவதி ஆக்கி விட்ட்து.

கையில் ஓர் சுமைப் புத்தகங்கள், கண்ணிலே கண்ணாடி, நுனி முடியாமல் சிலிர்த்து நிற்கும் பாஷன் சடை, ஒரு கத்தைக் கனகாம்பரம்; முகத்தை வெளிறடிக்கும் பவுடர், ஸ்கோ 'மேக் அப்', மணிக்கு மணி 'ஸாரி' மாற்றம்; கைகளில் கலகலக்கும் ஒரு டஜன் வளைகள்- இத்யாதி சம்பிரமங்களுடன் விளங்கும் நவயுவதிகளில் கடைசி அனுபந்தமாக மிளிர்ந்த கல்யாணியின் போக்கில் அவள் தந்தை தவறு ஒன்றும் காணவில்லை.. அவள் கலாசாலைக்குப் போகிறாள், வருகிறாள், படிக்கிறாள். மாலை உலாப் போகிறாள் – புதுமைப் பெண் கலாசாரப்படி அவள் வளர்ந்து வருகிறாள். தாயில்லாப் பெண் எப்படியாவது சந்தோஷமாக இருந்தால் சரிதான்! இது தான் அவர் எண்ணம். அவர் யுக தர்மங்களை எதிர்க்கும் குறுகிய மனம் படைத்தவரல்ல. அதனால் கல்யாணியைக் கண்காணிக்க வேண்டுமென்ற நினைப்பே அவருக்கு எழவில்லை.

துளிச் சந்தேகம் அவருக்கு எழுந்தாலும் – நம்ம கல்யாணி தங்கமா வளர்கிறாள். அவளுக்கு நீ என்ன கவலைக்கு இடம் வைத்திருக்கிறாய். அவள் பாட்டும் படிப்பும்... என்று புராணம் பரப்ப அவள் அத்தையரசி இருக்கவே இருக்கிறாள்!

ஆனால்...

செல்லமாகக் கொஞ்சி விளையாடினால் நாய்க்குட்டி மேலே தாவி முகத்தை நக்கி மகிழ்வுறத் துடிக்கிறது. அப்படி முன்னேறி விட்டால் தான், அதன் சொந்தகாரனுக்கு தனது நாயின் மீது-அது உயர்ஜாதி ஜடைக்குட்டியேயானாலும் கூட – எரிச்சல் ஏற்படுகிறது! ‘சீ!’ என விழுந்து அலுத்துக் கொள்கிறான்.

கல்யாணியின் பண்பும் உச்சநிலையை எய்திவிட்டது என்பது அவளது செயல் மூலம் புரிந்ததும் தான், தந்தைக்கு ஆத்திரம் பற்றி வந்தது. கல்யாணி தந்தையைப் பிரிந்து, அன்பு அத்தையை மறந்து, காலேஜ் மாணவன் கைலாசத்துடன் காதல் இன்பத்தை எய்த பரந்த உலகப் பூங்காவிலே, இளம் மைனாக்கள் போல, பறந்து விட்டார்கள் என்ற செய்தி, அவர் எதிர்பாராதது தான், ஏன், கல்யாணியை கவனித்து வந்த அத்தை கூட எதிர்பார்க்கவில்லை தான்!

அப்பர்சுந்தரம் ‘தொலைகிறது, பீடை’ என்று விட்டுவிட்டார். ஷண்முகத்தாச்சியோ ‘சே, இதை நான் முன்பே கவனிக்கவில்லையே!’ என்று வருத்தப்பட்டாள். அவள் கவனித்திருந்தாலும், உணர்ந்திருக்க முடியாது.

பாசம் மெல்லிய பனித்திரை பரப்பி, அவள் பார்வையை மறைத்திருந்தது.

3 வது அத்தியாயம்.

கல்யாணியின் 'கங்காணி'யாக ஷன்முகத்தாச்சி நடந்திருக்க வேண்டுமென்றால், அந்தத் தாயில்லாப் பெண்ணின் மண்டையிலே எத்தனையோ முறை ஓங்கி அடித்திருக்க நேர்ந்திருக்கும்! அதற்குரிய சந்தர்ப்பங்கள் எவ்வளவோ எதிர்ப்பட்டன்.

எதை மறந்தாலும் ஆச்சி ஒரு முக்கிய சந்தர்ப்பத்தை மறக்கவே முடியாது. கல்யாணியின் வாழ்க்கை ஏட்டிலே அமர எழுத்துக்களால் தீட்டப்பட்ட் காவியம் அது! அவளுக்கு எழுந்த துணிச்சலின் எக்காளக் குரல் அது! 'அன்று மட்டும் அவளைக் கண்டித்திருந்தால்?'-இன்று அவளது அத்தையாசி இவ்விதம் எண்ணி என்ன செய்ய அன்று அவள் காட்டிய மனோபாவமோ!

கல்யாணியின் பொழுது போக்கு சதா தன் வீட்டு மொட்டை மாடிமேல் உலாவுவது தான், காலையிலும் சரி, மாலையிலும் சரி அவள் கலாசாலை செல்லாத நேரங்களில் எல்லாம் அங்கு தான் சுற்றிக் கொண்டிருப்பாள், காரியம் எதுவுமின்றி வான வீதியிலே, வெயில் வெள்ளத்திலே, சிங்காரமிட்டு சிறகடித்துச் சுற்றுகின்ற பொன் வண்டு போல.

அவளது அழகு உருவம், பலரது விழி வண்டுகளைக் கவர்ந்திழுக்கும் மோகன மலராக மின்னியது. மலர்ந்து மணம் பரப்பும் புஷ்பங்களைச் சுற்றி வளையமிட இளம்

வண்டுகளுக்கு என்ன குறைவா! அதிலும் கல்யாணியின் வீடு அமைந்திருந்த இடமும் சூழ்நிலைகளும்...

நகரின் நடுப்பாகத்திலே தான், அந்த வீடு இருந்தது. அதை ஒட்டியே வாய்க்கால் ஒன்று சாக்கடை நீர் ஐக்கியமாகவும், பொது ஜனங்கள் ஸ்நானம் செய்யவும் உபயோகமாகி வந்த புண்ணிய உபாதி! – ஓடிக்கொண்டிருந்தது. அதில் எப்பொழுதும் கூட்டம் உண்டு. வாய்க்கால் படித்துறையிலும், பாலத்திலும் வேலையற்ற வாலிபர்கள் குழுமியிருப்பது வழக்கம். அவர்களுக்கு எவ்வளவோ காரணங்கள். ஆனால் அடிப்படையான உண்மைக் காரணம் மாடி மோகினி தான் என்று திட்டமாகச் சொல்லலாம்.

கல்யாணி நாகரிக பிம்பம் தான், எனினும் சோளக் கொல்லை காவல் பொம்மைகளைப் போல காட்சியளிக்கும் பெரும்பாலான நவயுவதிகளைப் போன்றவள் அல்ல. அவள் கனகாம்பரம் அல்ல: இனிய ரோஜா் தான். தேனீக்கள் வட்டமிடாமல் இருக்க முடியுமா! புதுயுகம், உரிமை, சுதந்திரம், சமத்துவம் போன்ற கருத்துக்களிலே நீந்திய கல்யாணியும் பின்னிடுபவள் அல்ல. அதைச் செயலிலும் காட்டினாள்.

வழக்கம் போல் மாடிமீது உலாவிக் கொண்டிருந்தாள் அவள். கர்வ நடையிலும் மயிலைப் போல, உலாவுதலா அது! அழகுப் பரிவர்த்தனை தான் அங்கு நடந்து கொண்டிருந்தது! தனது அழகைப் பிறர் கண்டு வியக்கவும், ஆணழகர்களின் வனப்பை தான் ரசிக்கவுமே அந்த நவயுவதி அங்கு திரிந்தாள் என்று சொல்லிவிடலாம். இது, அந்த வட்டாரத்து வாலிபர் அனைவரும் உணர்ந்த உண்மை தானே!

அன்றும் அதே கதை தான். அவள் நின்று வாய்க்கால், படி மீது கண் வீசினாள். அவள் வலையிலே பட்ட வாலிபன் ஒருவனைக் கண்டு சிரித்துவிட்டு, தன் அருகே நின்ற தங்கையிடம் என்னவோ சொன்னாள். அவளும் சிரிப்பைக் கலக்க, இருவரும் மகிழ்ந்தனர். இது வாலிபன் மனதில் தைத்துவிட்டது. அவன் அவள் தன்னை கிண்டல் செய்வதாக எண்ணி விட்டான் போலும்! உறுத்து நோக்கினான். அவளும் ஸ்டைலாக கைகளை மார்புப் பக்கம் கட்டி நின்று அவனை வெறித்துப் பார்த்தாள். அவனுக்கு கோபம். அந்த முரடன் ஒரு கல்லை எடுத்து வீசிவிட்டான். கிண்ணெனப் பறந்து வந்த கல் அவளை முத்தமிட்டிருந்தால், அவளுக்கு நல்ல புத்தி கற்பித்திருக்கலாம். ஆனால் அது பக்கத்தில் கிடந்த 'டின் ஷெட்' மேல் லொட் என்று விழுந்தது. அவள் குலுங்கிச் சிரித்தாள், விழுந்து சில்லாகிச் சிதறி ஒலிக்கும் கண்ணாடிக் கோப்பை ஒலி போல.

இந்தக் காட்சி, பக்கத்து மாடியிலிருந்து கவனித்த மீனாட்சி சுந்தரத்திற்கு சிரிக்க வேண்டியதாகத் தோன்றவில்லை. வேறொருவன் என்றால் வேடிக்கை பார்த்து விட்டு 'சிரிச்சுத் துப்பியிருப்பான்'! ஆனால் மீனாட்சி பேசும் மனம் பெற்றவன், அவன் மனம் எந்த விஷயத்திலும் நியாயம் போதிக்கத் துடிக்கும். இல்லா விடில், சதா அரித்து அவன் மனதைக் குலைத்து விடும். அவன் பார்த்தான். கல்யாணியை, வாய்க்காலை, வந்து விழுந்த கல்லை, கன்னியின் சிரிப்பை எல்லாம் கவனித்தான். அவன் கடமை என்ன என்பதை அவன் மனம் போதித்து; ஓடினான்.

ஓடினான் ஷண்முகத்தாச்சியிடம். அவன் குற்றச்சாட்டின் எதிரொலியாக எழுந்தது 'ஏன்டி...ஏ, கல்யாணி! இங்கே வா' என்ற அழைப்பு.

கல்யாணி வந்தாள். அவள் முகம் முழு நகையால் மலர்ந்திருந்தது.

'ஏன்டி, இந்த மாமா சொல்வது நிசந்தானா?' என்று கேட்டாள் அவள், கல்யாணி மீனாட்சி மீது பார்வையை எறிந்தாள். பின் 'என்னடி, இப்படி நடக்கலாமா?' என்று கேட்டாள்.

அப்பொழுது தான் புதுயுகப் பெண்மை குரல் கொடுத்தது! உரிமை தலையாட்டும் நவயுகப் பெண்மையின் பண்பாடு அங்கே உதயமாகியது! கல்யாணி தனது தவறை உணரவில்லை. ஏன், தான் செய்தது தவறு என்றுகூட எண்ணியதாகத் தெரியவில்லை! அதற்கு மாறாக 'அது கிடக்கட்டும். இந்த மாமா அவனை கண்டிக்கிறது தானே! ஏன்டா கல் எறிகிறே? என்று கேட்காமல் இங்கே வந்து குறைகூறுவது...' என்று ஆரம்பித்தாள்.

தனது மருமகளின் புத்தி தீக்ஷண்யத்தில் பூரித்துப் போன அத்தையரசி சிரித்தாள், 'பார்த்தியா தம்பி!' என்று சொல்லி நகைத்தாள். கல்யாணியின் சிரிப்பும் சேர்ந்து ஒலி செய்தது.

4 வது அத்தியாயம்

கல்யாணியுடன் சேர்ந்து சிரித்திராமல் அன்றே அவளை மட்டம் தட்டியிருந்தால்...? அத்தை ஷண்முகத்தாச்சி

அதைச் செய்யத் தவறிவிட்டாள். அது மட்டுமா! தனது மருமகளின் வித்தாரப் பேச்சு அவளுக்கு பூரிப்பளித்தது. 'என் சமர்த்து!' என்று மெச்சிக் கொண்டாள். அது தான் கல்யாணியின் வருங்கால விபரீதப் போக்குக்கு விதை என்று சொல்லலாம். அன்றிருந்து கல்யாணியின் வளர்ச்சி தீவிரமாகத் தான் இருந்தது. அவளை யார் கண்டிக்க இருக்கிறார்கள்!

வீட்டு வாசற்படியில் நின்று தெருவில் போவோர் வருவோரைப் பார்த்து மகிழ ஆரம்பித்தாள். சில சமயங்களில் அவளுக்குச் சிரிப்பு வெடித்து விடுவதும் உண்டு. அவள் எதற்காகச் சிரித்தாளோ, ஏனோ, யாருக்கும் தெரியாது. ஆனால் அவ்வேளையிலே வீதி வழியே செல்கின்ற வாலிபர்கள் அந்தச் சிரிப்பு தங்களுக்காகத் தான் என்று எண்ணிக் கொண்டு மயங்குவது உண்டு.

சாலையிலே பச்சைப் பசுமையாய், செவ்விய பழங்கள் பழுத்துக் கிடக்க, அழகாக நிற்கும் மரங்களை நாடிவர மைனாப் பறவைகளுக்கு அழைப்பர் அனுப்ப வேண்டும்! தானாகவே ஓடிவரும். அதிலும் மரங்களில் அமர்ந்து இதர பறவைகள் கூச்சலிடும் போது, சொல்வானேன்! அப்படித் தான் கல்யாணி விஷயத்திலும். அவள் அழகு பிம்பமாக வாசலில் நிற்பதைக் கண்டு மயங்குகிறவர்கள் அவள்து சிரிப்பைப் பெற அசடர்களாக மாறிவிடுவது உண்டு.

அவ்விதம் அகட்டுப்பிசட்டு என்று நடந்து கொண்டவர்களில் கைலாசமும் ஒருவன். அவன் தான் முக்கியமானவன் என்று கூடச் சொல்லி விடலாம். அவனுக்கு அவளை அடிக்கடி காண சந்தர்ப்பம்

அமைந்திருந்தது. அவன் மீனாட்சி சுந்தரத்தின் நண்பன். அவன் வீட்டுக்கு தினமும் தவறாமல் வந்து செல்வான். அப்போதெல்லாம் கல்யாணியின் கருணா கடாட்சம் அவன் மீது படர்வது உண்டு. காலப் போக்கிலே அவள் நோக்கு பரிபூர்ணமாக அவன் மேல பதிந்து விட்டது.

கல்யாணி மீனாட்சியை வலைவீசிப் பிடிக்க முயன்றான். குழவி கொட்டிக் கொட்டியே புழுவை தன் இனமாக மாற்றிவிடும் என்பார்கள். மங்கையின் கண்வீச்சு, குழவியின் கொட்டு தலைவிட சக்தி வாய்ந்தது. பார்வையாலேயே மயக்கிப் பிறரை தன் வயமாக்கிவிடும் வல்லமை பெற்றது என்றாலும், அவள் சக்தி அவனிடம் பலிக்கவில்லை.

அவன் ஒரு மாதிரி! நாகரிக வாலிபர்களிடையே அலாதிப் பிறவி. நவயுவதிகள், நாகரிகம், இந்த யுக கலாசாரம் இவைகள் மீதெல்லாம் ஒரு வெறுப்பு. அந்த மனப்பண்பு பெற்றுவிட்ட அவன், கல்யாணியை எப்படி விரும்ப முடியும்? ‘நவயுக ஜூலியட் ஒவ்வொருத்தியும் ஒரு டஜன் ரோமியோக்களின் காதலைப் பெறத் தவிக்கிறார்கள்’ என்ற சித்தாந்தம் அவன் உள்ளத்திலே நன்கு வேரோடியிருக்கும் போது, அவன் கல்யாணியை எப்படிக் கவனிக்க முடியும்?

கல்யாணி தன்னால் ஆனமட்டும் முயன்றாள், அவன் கவனத்தைக் கவர, அவளது கைவளைக் குலுக்கலும், கலகலச் சிரிப்பும், மெல்லிய பாடல் பயிற்சியும் மீனாட்சியைப் பொறுத்த மட்டில் காட்டில் சிதறிய நிலாவாகத் தான் போயின. அவள் அலுத்துக் கொள்ளும் சமயத்தில் தான், கைலாசம் வந்து சேர்ந்தான்.

இந்த யுகத்து மாணவர்களின் தன்மையைப் பற்றிச் சொல்லித் தெரிய வேண்டியதில்லை. அவர்களில் ஒருவனான கைலாசம் எப்படி இருப்பான் என்று வர்ணிக்கவும் வேண்டுமா! நவயுவர்களிடையே அவன் சரியான நாகரிக தெர்மாமீட்டர் என்று சொன்னால் போதுமானது.

படிப்பை உல்லாசப் பொழுது போக்காகவும், நவயுவதிகளை கண்டு அழகை ரசிப்பதை முக்கியத் தொழிலாகவும் கொண்டிருந்த அவனுக்கு, கல்யாணி விரிந்த லட்சியமாக மின்னவே, அவன் அடிக்கடி மீனாட்சி சுந்தரம் வீட்டிற்கு வரத் தொடங்கினான். அவ்வேளைகளி லெல்லாம் இருவர் விழிமீன்களும் மோதித்துள்ள, புன்னகை பூப்பதுண்டு.

அவன் வாசல் திண்ணையில் அமர்ந்திருந்தால் அண்டை விட்டு மின்னல்கொடி அங்குமிங்கும் பாயும், அவன் மாடி ஜன்னலண்டை இருப்பது தெரிந்தால் அந்த உலவும் காவியம் தன் வீட்டு மாடியிலே வட்டமிடும். இப்படியாக உணர்ச்சி இவ்விருவரிடையே ‘கிச்சுக் கிச்சுத் தாம்பலம், கீய்க்கா தாம்பலம்’ விளையாடிக் கொண்டிருந்தது.

இது தான் ஐயா காதல்; அது தெய்வீகமானது என்று யாரும் சொன்னால், நான் நம்பத் தயாராயில்லை. உண்மையில், காதலாவது காதல்! கர்மத் துடிப்பு, தணியாத மனத்தின் அரிப்பே அது. அந்த உணர்வில் அலைப்புலும் நவயுவதி யாரும் கதையில் வரும் லைலியாக வாழ்வர் என்று சொல்வதற்கு இல்லை. கல்யாணியும் அப்படித்தானே!

இவர்களுக்கு நடுவிலே அரும்பி இதழ் அவிழ்ந்து வந்த உணர்ச்சி முழுதும் மலரவில்லை. காலத் தென்றல் வேறுவிதமாக அசைத்துவிட்டது! கல்யாணியின் திருமணம் சமீபித்தது. அவள் மகிழ்வுடன் அதை ஏற்காமலா போவாள்! பெண்ணின் லட்சியமே கல்யாணம் என்று தானே கருதப்படுகிறது!

பெண்ணின் எதிர்கால வாழ்வு எப்படி இருக்கும், எந்நிலையில் பாதிக்கப்படும்; அவளது வாழ்க்கைத் துணைவனாக வரும் கணவன் எத்தன்மையினன் என்பதை யெல்லாம் யார் கவனிக்கிறார்கள்? பெண்ணுக்கு கல்யாணம் செய்து முடித்துவிடுவதால் தங்கள் மீது படிந்து கிடக்கும் பெரும் சுமை-கடமை-குறைந்து விடுகிறது என்பது பெற்றோர்கள் எண்ணம்.

திருவாளர் அப்பர்சுந்தரத்தின் மனச் சாட்சியை இந்தப் பளு அழுத்திக் கொண்டிருக்கவில்லை. ஆனால் அவரது அக்காள் ஷண்முகத்தாச்சியின் தொணதொணப்பு, சகிக்க முடியாத மூட்டைப் பூச்சிக் கடியாக இருந்தது அவருக்கு. ஓயாத தொல்லையைப் பொறுக்க முடியாமல், தனது பொறுப்பை தட்டிக் கழித்தார் அவர். அந்தக் கல்யாணமும் மணமகனும் அவ்வித நினைப்பை எழுப்பும் சின்னங்கள் தான்.

கல்யாணி, கல்யாணத்து அன்று மகிழ்வுடன் விளங்கினாள், என்றாலும், அவளது வாழ்க்கையிலே அது மலர்ச்சி உண்டாக்கியதா? அவளுக்கு வந்த கணவன் காசிநாதன் அவளது அன்பின் செல்வனாக வாய்த்தானா?

அவ்விதம் அமைந்திருந்தால் அப்பர்சுந்தரம் வருத்தப்பட வேண்டிய பிரமேயம் ஏற்பட்டிருக்கவே செய்யாது!

கல்யாணியின் வாழ்வில் புதுமலர்ச்சி புகுத்தப் பிறந்த திருமணம், அவள் வாழ்வைக் குலைக்கும் சம்பவமாகவே நெளிந்தது. குடும்பப் பெருமையை மண்ணாக்கும் வரண்ட காற்றாகவே சுழன்று விட்டது அது.

இன்பத்தை நாடும் மனித மனம்; மலருக்கு மலர் தாவும் வண்டு, தனது அடிமையான ஆத்மாவை அது அலைக்கழிக்கிறது. மனக் கயிற்றின் அசைவிலே ஆடுகின்ற பட்டபானாள் அந்தப் பேதை.

5 வது அத்தியாயம்

திருவாளர் காசிநாதன் அதிகாரத்தின் அவதாரம். தனது அதிகார ஆதிக்கத்தின் உதவியால் அரசியல் இயந்திரத்திற்கு இன்றியமையாத சேவை புரிவதாக நம்பி வாழ்ந்தவர். சம்பளம் பெற்று சர்க்கார் உத்தியோகம் பார்ப்பவர் தான். என்றாலும், அந்த அம்சத்திற்கு அவர் ஒரு முக்கிய சின்னம் தானே, பெரிய இயந்திரத்தில் சின்னஞ் சிறு ஆணியும் அத்தியாவசிய அம்சமாக இருப்பது போல.

இந்தப் பெருமையில் அவர் தன்னை மறந்து மூழ்கிக் கிடந்ததால், வாழ்க்கையின் வேறு வசதிகளைப் பற்றி அவர் எண்ணவேயில்லை. வருஷங்கள் ஓடின. அவர் தன்னந்தனியாக இருந்து அதிகாரப் பொறுப்பை நிர்வகித்து வந்தார். காலப் போக்கும், உறவினர்களின் உபதேசமும் மெல்ல மெல்ல அவரது வாழக்கையில், 'ஒரு துணை தேவை தான்' என்ற எண்ணத்தை உண்டாக்கின. அது ஆசையாக எழுந்ததும், அவரது முந்திய வாழ்க்கை கோரமாகக் காட்சியளித்தது. 'இனி,

புதிய வாழ்வு தொடங்க ஒரு துணைவியை எங்கே தேடுவது? யார் பெண் கொடுப்பார்கள்?' என்ற சந்தேகங்கள் எழுந்து சுழன்றன. அப்பொழுது அவருக்கு வயது நாற்பது.

என்ன இருந்தால் தான் என்ன! முயற்சி செய்தால் எது தான் சாத்தியமாகாது இந்தச் சமூகத்திலே? அவர் வயதும், பூர்வ வாழ்வுமா குறுக்கே வந்து நின்றுவிடப் போகின்றன ஒரு கல்யாணத்திற்கு! பெண்களை வைத்துக்கொண்டு எப்படியாவது கல்யாணம் செய்து கொடுத்துவிடத் தவிக்கும் பெற்றோர்கள் இருக்கும் போது, அவர் வீணாகக் கவலைப்படுவானேன் ? உறவினர்களின் இந்த உறுதிப் பேச்சு, அவர் முயற்சியில், அவருக்கு ஆர்வமளித்தது.

அதன் விளைவாக அவர் அப்பர்சுந்தரத்தின் நல்ல அபிப்பிராயத்தைப் பெற முடிந்தது. அவரது அதிகாரத்தின் போக்கு, உத்தியோகம் இத்யாதி சில்லறை விஷயங்கள், அப்பர்சுந்தரத்தின் மதிப்புக்கு இலக்காயின. அதனால் காசிநாதரின் வயதை அவர் மறந்தேவிட்டார், இவரையே கல்யாணியின் கணவனாக்கி விடலாம் என்று மகிழ்வுடன் தீர்மானித்தார்.

அவருக்கு திருப்தி என்றால், தனக்கும் பூரணமான சம்மதமே என்று ஆமோதித்தாள் அக்காள். கல்யாணி ஒன்றுமே சொல்லவில்லை. ஆகையால் சில தினங்களிலேயே கல்யாணி ஸ்ரீமதி காசிநாதன் ஆக – 'மறுமலர்ச்சி' யுற்றாள். விரைவிலேயே அதன் மணத்தை நுகர வாழ்வுப் பூங்காவிலே இறங்கி விட்டாள்.

காசிநாதன் பல நூறு மைல்களுக்கு அப்பால் இருந்த நகர் ஒன்றிலே தான் உத்தியோகத் தூணாக அதிகாரம் செலுத்தி வந்தார். விடுமுறையிலே ஓய்வுக்காக சொந்த ஊர் வந்தவர் வாழ்க்கைத் துணைவியுடன் திரும்பினார். அதில் அவருக்கு மட்டற்ற மகிழ்வு. கல்யாணி அழகி. நாகரீக தேவதை. யுவதி. இவையெல்லாம் அவரது மகிழ்வை அதிகரிக்கச் செய்தன. அவளை அன்பாய், செல்வமாய் போற்றவேண்டும் என்று திட்டமிட்டுக் கொண்டார்.

அந்த வகையிலே அவர் கல்யாணிக்கு எவ்விதக் குறையும் வைக்கவில்லை. அவள் எதை எதை விரும்புவாள் என்று அவருக்குத் தோன்றுமோ, அந்த நாகரிகச் சாமான்களை எல்லாம் வீட்டிற்கு இறக்குமதி செய்துவிடுவார். ஸாரிகள், ஜம்பர்கள், நவயுக அலங்காரப் பூச்சுகள் முதலியனவற்றை காணிக்கையாகச் சமர்ப்பித்து கல்யாணியின் மனதை தன்னிடம் லயிக்கச் செய்ய அவர் பெருமுயற்சி செய்தார்.

அவரது பக்தி கல்யாணிக்கு மகிழ்வு கொடுத்தது. அவளுக்குத் துணையாக வந்திருந்த அத்தை திருப்தியடைந்தாள், தான் கண்போல் காத்து வளர்த்த கல்யாணி இனி கிளிபோல பாதுகாக்கப் படுவாள் என்ற நம்பிக்கையுடன் அவள் ஊர் திரும்பினாள். அந்த நம்பிக்கை இலவம் பஞ்சு போல அந்தரத்திலே அல்லல் உறும்படி இருந்தது, மூன்று மாதங்களுக்குப் பிறகு நிகழ்ந்த ஓர் விஷயம். அவள் கனவு சிதையும்படி இருந்தது கல்யாணி திரும்பிவந்தது.

ஆம். கல்யாணி திரும்பி வந்துவிட்டாள். பிறந்தகத்திற்கு கணவன் வீட்டிலிருந்து மகிழ்வுடன் திரும்பிய வருகை அல்ல அது.

6-வது அத்தியாயம்

ஒரு நாள் மத்தியான வேளை. ஷண்முகத்தாச்சி சாப்பாட்டை முடித்து விட்டு வெளித் திண்ணையில் வந்து உட்கார்ந்து வெற்றிலை போட்டுக் கொள்ள ஆயத்தம் செய்து கொண்டிருந்தாள். அப்பொழுது ‘அத்தை’ என்ற குரல் அவளைத் திடுக்கிடச் செய்தது. நிமிர்ந்து பார்த்தால், ‘கல்யாணி’ நின்றாள். அவள் உருவமும் அந்த வேளைத் தோற்றமும்! பரட்டைத் தலையும் அழுக்கு உடையுமாக நின்றாள், பஞ்சத்தில் அடிப்பட்டவள் போல, நாகரிக மோஸ்தர் சிறிதும் பிறழாமல் மணிக்கொரு விதமாக ‘மேக் அப்’ செய்து காட்சி தரும் கல்யாணியா இப்படி நிற்பது!

‘என்னடீ இது, பார்க்க சகிக்கலையே!’ என்று அங்கலாய்த்தாள் அத்தை. ‘எப்படி வந்தே? எங்கிருந்து வாறே? ஏன், என்ன விசேஷம்?’ என்று விஷயம் முழுவதையும் அறிய வேண்டும் என்ற ஆவல் அத்தனையையும், கேள்விகளாகக் கொட்டினாள். கல்யாணி மௌனமாக உள்ளே போனதும், பரப்பரப்புடன் அவளைப் பின் தொடர்ந்தாள் அத்தை.

‘என்ன, கல்யாணி, ஏன்..?’ அவளது கேள்வித் தொடர்கள் உருண்டோட் வேண்டிய அவசியம் மீண்டும் ஏற்பட்டவில்லை. கல்யாணி பேசினாள். அவள் வாசித்த நீண்ட குற்றப்பத்திரிகையே அது!

கல்யாணி செல்லமாக வளர்ந்த நவயுவதி. அதை அறியாதவரல்ல காசிநாதன். அவரும் அவளை அன்புடன் அர்ச்சிக்கத் தான் செய்தார். என்றாலும் அவருடைய

அன்பு அவளை ஆனந்தத்தில் ஆழ்த்தவில்லை. திருமண அனுபவம், வாழ்வின் மாற்றம்-இவை புதுமை மோகமாக இருந்தன ஆரம்பத்தில் தன்னிடம் தனது அழகு முன், பக்தி செலுத்தும் கணவன் கிடைத்ததனால் களிப்புற்றாள் கல்யாணி. ஆனால் அந்த திருப்தி நிலைத்து நிற்கக் கூடியதல்ல என்று உணர அவளுக்கு வெகு காலம் பிடிக்கவில்லை. மூன்று மாதங்களிலேயே அந்த வாழ்வு அலுத்து விட்ட்து.

காசிநாதன் தன்னிடம் கொட்டும் பக்தி உண்மை அன்பு அல்ல. அவரது தன்னம்பிக்கையற்ற பண்பை அஸ்திவாரமாகக் கொண்டு எழுந்த குணமே அது. அவரிடம் கவர்ச்சியோ இளமையோ இல்லை என்ற குறைபாடு தெரியாமல் அவள் மனதை வசீகரிக்க அவர் கையாண்ட வித்தை அது. வலுவற்ற பிராணிகள் பளபளப்பான மேல் தோலினாலும், கவரும் அங்க அசைவுகளாலும், பிறவற்றை மயக்கி தங்களுக்கு இரையாக்கிக் கொள்கின்றனவே; அப்படித்தான் காசிநாதனும் வெளிப்பகட்டால் அவளை மயக்க எண்ணினான். இது எத்தனை நாளைக்கு நிற்கும்? அதிலும் ஒளிக்கதிர்களை நாடியே-அது சுட்டெரித்து விடும் என்பதைக் கூட சட்டை செய்யாமல் வட்டமிடும் விட்டில் போன்ற கல்யாணியிடம்.

அவள் திருமண வாழ்வில் இன்பக் கனவுகளை நிர்மாணிக்க எண்ணினாள். பிரத்தியட்ச வாழ்க்கை அவளுக்கு சூன்யமாகத் தோன்றவே, அன்றாட வாழ்வு கசந்தது. ஒவ்வொன்றும் குற்றமாகவே பட்டது. அவளது அன்பைப் பெறத் துடித்த கணவனைக் கண்டாலே எரிச்சல் ஏற்பட்டது. அமைதியை இழந்தாள். அவனது அமைதியையும் ஆனந்தத்தையும் கெடுத்தாள். அவன்

‘ஏன் கல்யாணம் செய்து கொண்டோம்!’ – என்று வருந்த வேண்டிய நிலை ஏற்பட்டுவிட்டது.

அதற்குப் பிறகு குடும்ப வாழ்விலே இன்பம் எப்படி இருக்க முடியும்? அடிக்கடி மனஸ்தாபங்களும் வாக்குவாதங்களும் எழுந்தன. அது முற்றிவிடவே, காசிநாதன் அவளை தந்தை வீட்டிற்கே அனுப்பிவிட்டார்.

கல்யாணி தனது தவறுகளை உணரவில்லை. கணவன் தான் முழுக் குற்றங்களுக்கும் பொறுப்பு என்று அடுக்கிக் கொண்டே போனாள். அவளுடைய அத்தைக்கு துக்கம் துக்கமாக வந்தது. ‘கல்யாணி, உனக்கு வாய்த்த மாப்பிள்ளை இப்படியா வர வேண்டும்’ என்று வருந்தினாள்.

வெளியே சென்றிருந்த அப்பர்சுந்தரம் வந்து, விஷயத்தை அறிந்ததும், பிரமாதமாக ஏதோ நடந்து விட்டதாகக் கவலைப் படவில்லை. ‘ஸரி, விட்டுத் தள்ளு! எல்லாம் நாளானால் சரியாப் போயிடும்’ என்று அவரது சுபாவப்படி ஒதுக்கி விட்டார்.

கல்யாணி தனது பழங்கால நடைமுறைகளைக் கையாள ஆரம்பித்தாள். அந்த வட்டாரத்திலே அந்த அழகுக் கொடியின் தோற்றம் மீண்டும் பரபரப்பை உண்டாக்கத் தொடங்கியது.

சூழ்நிலைப் பரபரப்பு அதிகம் முற்றவில்லை. அதற்குள் கல்யாணிக்கு ‘விமோசனம்’ பிறக்க ஏற்பாடுகள் செய்யப்பட்டன.

கல்யாணியின் கணவன் அவளை மீண்டும் அழைத்துக் கொள்வார் என்று எதிர்பார்க்கப்பட்டது. ஆனால் அவ்விதம் நடைபெறவில்லை. காசிநாதனிடமிருந்து கடிதம் கூட இல்லை. கல்யாணி அதை பொருட்படுத்தியதாகவே தெரியவில்லை. அவள் வழக்கம்போல் அலங்கார பொம்மையாகத்தான் திரிந்தாள். அவள் போக்கு ஷண்முகத்தாச்சிக்கு கலக்கத்தை உண்டு பண்ணியது.

'சே, இந்தப் புள்ளை இப்படி அலையுது. இதோடு அப்பனோ மௌனமா இருக்கான். இப்படியே விட்டு விடப் படாதே' என்று புழுங்கினாள் அவள். ஆகவே எப்படியாவது நிலைமையை சரிக்கட்டுவது தனது கடமை என்று பொறுப்பை தன் தலையிலே தூக்கிப் போட்டுக் கொண்டாள். சந்தர்ப்பம் கிடைத்த போதெல்லாம், இதையே பிரஸ்தாபித்து வந்தாள்.

'என்ன தம்பி, கல்யாணியின் கதி என்னாவது? நல்லதும் பொல்லாததும் அனுபவிக்க வேண்டிய வயசிலே இப்படி விட்டு விட்டால்? நீ தான் மாப்பிள்ளையைப் பார்த்து எப்படியாவது..' என்று சிபார்சு செய்து தொந்தரவு கொடுத்தாள்.

ஆரம்பத்தில் அப்பர்சுந்தரம் 'நாம் என்ன செய்வது? நீ என்ன அக்கா சும்மா தொண தொணன்னு...' என்று எரிந்து விழுந்தார். என்றாலும் முடிவில் ஷண்முகத்தாச்சியின் மூட்டைப் பூச்சிப் பண்பாட்டிற்குத் தலை வணங்கத்தான் வேண்டியிருந்தது.

ஒரு நாள்- கல்யாணி வீட்டிற்கு வந்த ஒரு மாதத்திற்குப் பிறகு-அப்பர் சுந்தரம் தன் மகளுடன் ரயிலேறினார்.

திரும்பி வரும்பொழுது அவர் மட்டும் தான் வந்தார். ஆவலுடன் எதிர்ப்பார்த்த அக்காளுக்குத் திருப்திதான்.

நான் போன பிறகும் அவர் ஏதாவது சொல்ல முடியுமா, என்ன! என்னென்னவோ அளந்தாரு. கல்யாணி குணம் அப்படி அவள் செய்வது இப்படி...அவள் அன்று அதைச் சொன்னாள், இன்று இதைச் செய்தாள் என்று பட்டியல் வாசித்தார். நான்- சரிதான் மாப்பிள்ளை, கல்யாணி சின்னஞ் சிறிசு. அதுக்கு என்ன தெரியும்? நீங்க தான் சரி சரின்னு பார்த்தும் பாராமலும் தட்டிக் கொடுத்துக்கிட்டு போகணும் என்று சொல்லி வைத்தேன். இவளுக்கும் போதிச்சேன்' என்று சொன்னார்.

'நான் மட்டும் சும்மாவா அனுப்பினேன். ஏண்டி கல்யாணி இன்னும் நீ விளையாட்டுப் பிள்ளையா? இப்படி பொறுப்பற்ற தனமா நடந்து கிடலாமா? எப்படி இருந்தாலும் பெண்களுக்கு புருஷன் வீடு தானே வாழ்வு என்று சொல்லி புத்தி கற்பித்தேன்.' இனி நல்ல பிள்ளையாக நடக்க வேண்டும். அவ்வளவு தான், என்று குல தெய்வத்தைக் கும்பிட்டுக் கொண்டாள்.

'என்னவோ, கல்யாணி சந்தோஷமாக இருந்து நல்ல பெயர் எடுத்தால் சரிதான்' என்று முனங்கினார் அப்பர்சுந்தரம்.

7 வது அத்தியாயம்

கல்யாணி சந்தோஷமும் அடையவில்லை, நல்ல பெயரும் எடுக்கவில்லை என்பது ஒன்றரை மாதங்களுக்குள்ளாகவே தெரிந்தது. யாரும் எதிர்பாராவிதமாக ஒரு நாள் அப்பர்சுந்தரம் வீட்டின்

முன்பாக ஒரு ஜட்கா நின்றது. அதில் இருந்து, சோகம் குவித்த முகத்தினராய் காசிநாதன் இறங்கினார். பின் மெதுவாக கல்யாணியை இறங்கச் செய்து, பரிவாக அணைத்து கவனத்துடன் அவளை வீட்டிற்குள் அழைத்துச் சென்றார்.

ஷண்முகத்தாச்சி கவலை, துக்கம், ஆவல் முதலிய பலரக உணர்ச்சிகள் நெளியும் குரலில் 'என்ன, என்ன?' என்று தவித்தாள்.

'கல்யாணிக்கு உடம்புக்கு சௌக்கியமில்லை. திடீர் திடீரென்று மயக்கம் வந்து, வாயிலே வந்தபடி பேச ஆரம்பித்து விடுகிறாள். டாக்டரிடமெல்லாம் காட்டிப் பார்த்தேன். ஓய்வு வேண்டியிருக்கலாம் என்று இங்கே கூட்டி வந்தேன்' என்றார்.

அங்கு வந்த அப்பர்சுந்தரம் 'டாக்டர் என்ன சொல்கிறார்?' என்று கேட்டு வைத்தார்.

காசிநாதன் அலுப்பாக நாக்கை 'ச்சு'க் கொட்டினார். 'டாக்டர் என்ன சொல்வார்! அவர்களுக்கே என்ன வியாதி என்று பிடிபடலே; நரம்புத் தளர்ச்சியாக இருக்கும் என்கிறார்கள். மனக்கோளாறு தான் காரணம்' என்றார்.

அவர் பேச்சையே கவனித்து நின்ற ஷண்முகத்தாச்சி 'ஐயோ கல்யாணி' என்று பதறிப் போய் தாவினாள். கல்யாணி பிரக்ஞையற்று கீழே விழயிருந்தாள்! நல்ல வேளையாக அவள் அத்தை அவளைத் தாங்கி மெதுவாகப் படுக்க வைத்தாள்.

கல்யாணி சிறிது நேரம் கட்டையாகக் கிடந்தாள். திடீரென்று 'நீ ஒரு புருஷனா! போடா. இங்கே ஏன் இன்னும் நிக்கிறே... இன்னுமா தொலையலே... போ, ஒழி' என்று கத்தி. 'கிரீச்' சென்று கூவினாள்.

காசிநாதன் தலைகவிழ்ந்தார். 'இப்படித்தான், மாமா தினம் இதே ஏச்சு. எத்தனை நாள் பொறுப்பது? நீங்கள் உங்களால் இயன்ற வைத்தியம் செய்து பாருங்கள். செலவுக்கு நான் பணம் அனுப்புகிறேன்... நான் வரட்டுமா?' என்று சொல்லி, வேறு பேச்சு பேசாமல் குனிந்த தலையுடன் வெளியேறினார்.

அப்பர்சுந்தரம் அவசரம் அவசரமாக 'மாப்பிள்ளை, மாப்பிள்ளை, வந்த காலோடு போறீகளே? சாப்பிட்டு விட்டுப் போகலாம்' என்று அழைத்தார். ஆனால் அவர் கேட்கவில்லை. 'பிறகு வாறேன்' என்று சொல்லிவிட்டுப் போய்விட்டார்.

ஷண்முகத்தாச்சி கல்யாணிக்கு சிகிச்சை செய்வதில் ஈடுபட்டாள். 'சும்மயிரம்மா கல்யாணி, தண்ணி குடிக்கிறியா...காப்பி வேணுமா?' என்று உபசரித்தாள். கல்யாணியோ பதில் பேசாமல் கண்களை உருட்டி விழித்தாள். பின் சிரித்தாள், ஆச்சிக்கு விஷயம் புரிந்துவிட்டது! 'அது தானே பார்த்தேன். இது சீக்கா? டாக்டர் என்ன செய்வான்! இது பேய்க் குத்தம், பிசாசு பிடிச்சிருக்கு' என்று தலையை ஆட்டினாள்.

விடுவிடென்று போய் விபூதி அள்ளி வந்து கல்யாணியின் நெற்றியில் துலாம்பரமாகப் பூசிவிட்டு 'அம்மா ஆயிரங்கண்ணுடையாளே, கல்யாணியை புடிச்சிருக்கிற

பிசாசு தொலைஞ்சிடட்டும். உனக்கு வெள்ளியாலே கண் செய்து வைக்கிறேன்!' என்று பிரார்த்தித்துக்கொண்டாள்.

அந்த பிரார்த்தனையின் மகிமைதானோ, அல்லது வேளை வந்ததோ என்னவோ, கல்யாணியை ஆட்டிய 'பேய்' அந்தப் பொழுதிற்கு அந்தர் தியானமாக, அவள் மூர்ச்சித்து விழுந்தாள். 'கல்யாணி, கல்யாணி' என்று ஆசுவாசப்படுத்தி அவளை எழுப்புவதற்குள் பெரியபாடு ஆகிவிட்டது.

கல்யாணி எழுந்தவுடன் சுற்றிச் சுற்றிப் பார்த்தாள். 'அவுகளெ எங்கே?' என்று அன்பாக விசாரித்தாள்! விஷயம் அறிந்ததும், 'ஐயோ! சாப்பிடாமலா போயிட்டாக? கோபித்துக் கொண்டா? அத்தை, திரும்ப வறேன்னாகளா?' என்று அங்கலாய்த்தாள்.

அத்தைக்கு ஆத்திரம். 'வருவாக வருவாக! வராமல் எங்கே போகப்போறாரு' என்று மொழிந்தாள்.

அவர் மீது வருத்தப்பட்டு என்ன செய்ய? அவரும் மனுஷன் தானே. இவள் அப்படி கண்டபடி ஏசிப்பேசினால், அவர் மனம் புண்படாமல் என்ன செய்யும்?' என்று பரிந்து பேசினார் அப்பர்சுந்தரம்.

'நல்லா சொன்னே, போ! அவள் என்ன வேணுமின்னா இப்படிப் பேசினா? தன்னைத் தெரியாமல் அவள் மயங்கிக் கிடக்கிறாள். பேய்ப்புலப்பத்தை இவள் புலம்பினான்னு நினைச்சுக்கிட்டு கோபிக்கிறதுன்னா.... கல்யாணி அப்படி மயங்கிக் கிடக்கிறாளே, என்ன என்று நின்று கவனியாமலே போறாரே....செலவுக்குப் பணம்

அனுப்புவாராம்! அவர்கிட்டே தான் பணம் இருக்கு போலிருக்கு!' என்று முணு முணுத்தாள்.

அது அப்பர்சுந்தரம் மனதிலே கூட வெறுப்பு உணர்ச்சியை விதைத்தது. அது வளர வகை செய்வதாகத் தானிருந்தது காசிநாதன் செயலும். அவர் கல்யாணியை தந்தை வீட்டில் விட்டுச் செல்ல வந்தவர் தான். பிறகு எட்டிப் பாக்கவே இல்லை.

அவர் வராததற்காக கல்யாணியின் விசித்திர நோய் வராமல் நின்றுவிடவில்லை. நாலைந்து நாட்களுக்கு ஒரு முறை வந்து, கணவனுக்கு வசை புராணம் புலம்பிவிட்டு மறைவது வழக்கமாகிவிட்டது. பல வைத்தியர்கள் வந்து வந்து போனார்கள். மந்திரவாதிகள் கூட வந்து மந்திரம் போட்டார்கள். பயனில்லை. முடிவாக எல்லோரும் சொன்னது ஒன்று தான்; 'உடலிலே நோய் இருந்தால் அல்லவாதிரும்! இது உள்ளத்தின் கோளாறு'.

8 வது அத்தியாயம்

கல்யாணிக்கு வந்த நோய் உண்மை வியாதியல்ல; உள்ளத்தின் சேஷ்டையாகத்தான் இருக்கும் என்று அவளுடைய அத்தையால் நினைக்கக் கூட முடியவில்லை. அப்படி எண்ணுவதே கல்யாணிக்கு துரோகம் செய்வதாகும் என்பது அவள் முடிவு. அப்பர்சுந்தரமோ 'இருக்கும். இது இவளாகச் செய்யும் அகம்பாவ நோய்! புருஷனைப் பிடியாததால் இப்படி வம்பு செய்கிறாள் போலும்' என்று சந்தேகப்பட்டார். இதுபற்றி சந்தேகமே இல்லாத உறுதிகொண்டவன் மீனாட்சிசுந்தரம் தான்.

அவன் கூட முதலில் உண்மையான வியாதியாகத் தான் இருக்குமோ என்று நினைத்தான். பிறகு நடந்தவை அதை அகற்றிவிட்டன. சில தினங்கள் தோன்றிய வியாதி பின் திடீரென நின்றுவிட்டது. மறுபடியும் காசிநாதன் திரும்பி வந்த அன்று தான் வெடித்தது.

முதல் நாள் கல்யாணி மயக்கம் தீர்ந்ததும், கணவனை எங்கே என்று ஆவலுடன் கேட்டாளா? அதன் பிறகு அவரைப் பற்றியே கவலைப்படவில்லை. 'எப்படியும் போகட்டுமே!' என்று அலட்சியமாகக் கூடப் பேசி ஆரம்பித்தாள். ஆகவே, முதல் நாள் வந்ததும் ஏசிவிட்டு, பின் ஆவலுடன் கேட்டது உண்மையில் அவளுக்கு வியாதி தான், பிரக்ஞை இல்லாமல் பேசியது என்று ஊர்ஜிதம் செய்வதற்கு நடித்தது தான் என்று மீனாட்சி நினைத்தான். கல்யாணியின் பண்பை அறிந்த அவன், அவள் காசிநாதனை விரும்பவில்லை என்று உணர சிரமம் எடுக்க வேண்டியதாயில்லை.

காசிநாதன் உரிமையில் வாழ்வதைவிட, சுயேச்சையாக, இன்பக் கிளிபோல, இஷ்டப்படி வாழ்வதையே கல்யாணி விரும்பினாள் என்பதையும் அவன் உணர முடிந்தது. அடுத்த வீட்டில் வசித்த அவள் செயல்களை ஆராயும் அவனுக்கு, இந்த முடிவுக்கு வர பிரமாத முயற்சிகள் தேவையில்லை தானே?

கல்யாணி அடுத்த வீட்டு மாடியில் நின்று மீனாட்சியைத் தனது கருணாகடாட்சத்திற்கு இலக்காக்கி, அவனைக் கவர்ச்சிக்க அரும் பாடுபட்டாள். ஆனால், இந்த மீன் 'அவள் வலையில் சிக்கவில்லை. அவளாகப் பற்ற வந்தாலும் கையில் பிடிபடாமல் நழுவும் பண்பு பெற்ற

மீனாக இருக்கவே, கல்யாணி வேறு திசையில் வலை வீசினாள். அவள் வலையில் விழுந்தவன் கைலாசம் தான்.

கைலாசம் முன்பே கல்யாணியைக் கண்டு ஏங்கித் திரிந்தவன். அவள் பார்த்தால் அவன் சிரிப்பான். அவள் புன்னகை புரிந்தால் அவன் பேச வேண்டும் எனத் துடிப்பான். இப்பொழுது மலரே தன்னை அழைக்கிறது என்று அறிந்தால் அந்தத் தேனி விலகியா போகும்!

மீனாட்சிசுந்தரம் அவனை எச்சரித்தான். அவனுக்குப் புத்தி புகட்டினான். தேனின் போதையிலே இன்பத் துடிப்புடன் சிறகடித்து ரீங்காரஞ் செய்து பாய்கின்ற தேனி, போதனைகளுக்கும் எச்சரிக்கைகளுக்குமா பின் வாங்கிவிடப் போகிறது! தீ சுடும். அதில் விழுந்தால் விட்டில் நாசமாகும். அதற்காக? கவரும் சுடரைக் கண்டால் அது தாவாமல் நின்று விடுகிறதா! பெண் அழைத்தால், ஆண் மகிழ்வு அடையாமல் நிற்பது சாத்தியமா! இது கைலாசத்தின் கட்சி. அப்புறம் அவனை யார் என்ன செய்ய முடியும்?

9 வது அத்தியாயம்

கல்யாணியின் அத்தை ஷண்முகத்தாச்சிக்கு காசிநாதன் மேலிருந்த வெறுப்பு அதிகரித்துக் கொண்டே வந்தது. அப்பர் சுந்தரமோ அவரைக் கோபிக்க விரும்பவில்லை. ஆயினும், மாதக் கணக்கிலே அவர் தன்னையோ, கல்யாணியையோ பார்க்க வராமல் இருந்ததின் மர்மம் புரியாமல் வருத்தப் பட்டார். ‘இனி கல்யாணியைத் திரும்ப அழைத்துக்கொள்ளும் உத்தேசமே அவனுக்குக் கிடையாதோ’ என்று சந்தேகித்தார். கல்யாணியின் வியாதி தீர்ந்து விட்டது போல் தான் தோன்றியது.

ஏனெனில், அது விஜயம் செய்து ரொம்ப நாட்களாகி விட்டன.

ஒவ்வொருவர் மனதும் இப்படி விதவிதமான எண்ண வட்டங்களிலே சுழலும் சமயத்தில் தான் காசிநாதன் வந்து சேர்ந்தார். அவருக்கு நல்ல வரவேற்பு கிடைக்கவில்லை. அதை அவர் புரிந்து கொள்ளாமல் இருக்க முடியுமா? என்றாலும், தன் விஷயத்தை விளக்க ஆரம்பித்தார்.

'மாமா, எனக்கு லீவ் இன்னும் இரண்டு நாட்களில் முடிகிறது. நான் ஊருக்குப் போறேன், கல்யாணி என்ன சொல்கிறாள்? அவளுக்கு வியாதி எப்படி இருக்கிறது? அல்லது இன்னும் சில மாதங்கள் இங்கேயே சந்தோஷமாக இருக்க விரும்புகிறளா?'

அவர் பேசிய தோரணையும் முகபாவமும், அவர் அவ்வப்போது கல்யாணியின் போக்கை மற்றவர்களுக்குத் தெரியாமலே கவனித்து வந்திருக்கிறார் என்று அறிவித்தன. அப்பர் சுந்தரம் 'கல்யாணியிடமே கேட்டு விடலாமே' என்று இழுத்தார்.

அவ்வேளையிலே தடார் என்ற சப்தம் கேட்டது; பின், 'சிலிர்' என்று கண்ணாடி உடைந்து சிதறும் ஓசையும், பெண் சிரிப்பொலியும் படர்ந்தன.

'ஐயோ, வாருங்களேன்....கல்யாணி, கல்யாணி!... கல்யாணியைப் பாருங்கள்!' என்று அவள் அத்தை, கதறிக் கொண்டு பெட்டகசாலைக்கு ஓடி வந்தாள். வீட்டுக்கு முன்னாலிருந்த சிறு ஹாலில் அமர்ந்து

பேசிக்கொண்டிருந்த அப்பர்சுந்தரமும், காசிநாதனும் வேகமாக வந்தனர்.

கல்யாணி சுவரில் மாட்டியிருந்த நிலைக்கண்ணாடியைக் கீழே தள்ளி உடைத்திருந்தாள். அவள் தலை பரட்டையாகத் தொங்கியது. நெற்றியிலும், கன்னத்திலும் ரத்தம் போல குங்குமம் அப்பப்பட்டிருந்தது. அவள் பீரோ ஒன்றின் முன் நின்றாள். பிரோக்கதவிலிருந்த முகம் பார்க்கும் கண்ணாடியைப்பார்த்துக் கொண்டே 'மாட்டேன்... போ, நீ என்னடா மனிசன்! தொலை' என்றும் இன்னும் கண்டவாறெல்லாம் கத்தினாள். வேறு என்னென்னவோ புலம்பினாள். அவள் நின்ற நிலை, பிரோவைத் தன்மீதே இழுத்துத் தள்ளிக் கொள்வாளோ என்று பயப்பட வேண்டியதாயிற்று.

காசிநாதன் 'கல்யாணி, இது என்ன!' என்று வினவினார். 'நீ யாரடா? இங்கே ஏண்டா வந்தே?' என்று மூஞ்சியில் அறைந்தாற்போல அவள் கேட்கவே, அப்படியே இரண்டு அறைவிட்டு அவளது பற்களை உதிர்த்து விடலாமா என்றிருந்தது அவருக்கு. 'தூ' என்று துப்பி விட்டு விலகினார்.

அப்பர் சுந்தரம் 'என்னம்மா இது! உனக்கு ஏன் இப்படி...' என்று ஆரம்பிக்கவும், 'உன்னை யாரடா கேட்டது? நீ யார்?' என்று கூச்சலிட்டாள் கல்யாணி. அவருக்கு ஆத்திரம். கல்யாணியின் கன்னத்தில் 'பளார்' என ஒரு அடி கொடுத்தார். கல்யாணி 'யாரடா என்னை அடித்தவன், இதோ என்ன செய்கிறேன், பார்' என்று கூப்பாடு போட்டு பீரோவைப் பிடித்து இழுத்தாள்.

ஷண்முகத்தாச்சி ‘ஐயோ, புள்ளை போச்சு! ஐயோ, ஐயா’ என அலற, அந்த வீடு முழுவதுமே ஏக களேபரமாகி விட்டது . அடுத்த வீட்டிலிருந்து மீனாட்சிசுந்தரமும், கைலாசமும் ஓடி வந்தனர். அப்பர்சுந்தரம் கல்யாணியைப் பிடித்து அப்புறம் இழுக்க, மற்றவர்கள் பீரோ விழுந்து விடாமல் பிடித்து நிறுத்தினர். கல்யாணி தலையை ஆட்டிக்கொண்டிருந்தாள். அவளுக்கு சிரிப்பு வேறு பிறந்தது. அதை மறைக்க முயன்று கொண்டிருந்தாள், ஒரு முறை கைலாசம் கண்கள் தன் முகத்தில் பதிவதைக் கண்டதும் அவள் சிரித்தே விட்டாள். அதை காசிநாதன் நன்கு கவனித்துக் கொண்டார்.

இந்த ஆர்ப்பாட்ட மெல்லாம் ஒருவாறாக அடக்கியதும் காசிநாதன் ‘மாமா, நான் விடைபெற்றுக் கொள்கிறேன். இனிமேல் நான் இந்தப் பக்கமே வரப் போவதில்லை. நான் கல்யாணம் செய்து கொண்டதே முட்டாள் தனம். அதை நன்றாக உணர்ந்து விட்டேன். இனி கல்யாணி என்னுடன் வர இஷ்டப்பட்ட மாட்டாள். அவளுக்கு சந்தோஷம் கிடைக்கிற இடத்திலேயே இருக்கட்டும்! எனக்கும் அவளுக்கும் உள்ள தொடர்பு இன்றோடு சரி மற்றதை சாவகாசமாக யோசித்துக் கொள்ளலாம்’ என்று சொல்லிவிட்டு எவ்விதமான பதிலையும் எதிர்பார்க்காமல் கிளம்பிப் போய்விட்டார்.

அப்பர் சுந்தரத்துக்கு ஒன்றுமே ஓட வில்லை. அந்த நேரத்தில் ஷண்முகத்தாச்சி வந்தாள். ‘தம்பி, இது என்ன, இருந்தாற் போல் இருந்து திடீர்னு இப்படி..நல்ல மாந்தரீகனா ஒருத்தனைப் பார்த்து...’ என்று தொடங்கினாள்.

‘மாந்தரீகனைப் பார்ப்பாயோ, எவனைத் தேடுவாயோ! உன் மருமகள் பாடு உன் பாடு, போ. சவம் அடம் சாதித்து இப்படி வேஷம் போடுது. அதுக்கு வியாதியா எழவா? இனி ஆயுள் பூரா இங்கேயே இருந்து வைத்தியம் பார்க்கட்டும்’ என்று எரிந்து விழுந்தார்.

ஆனால், கல்யாணி அவருக்கு அவ்விதத் தொந்தரவு எதுவும் வைக்கவில்லை!

யாரும் எதிர்பார்க்கவில்லை அப்படி நிகழும் என்று. கல்யாணி அவ்விதம் துணிவு பெற்றவள் என்றோ, கைலாசம் இவ்வளவு தூரம் முன்னேறிவிடுவான் என்றோ மீனாட்சிசுந்தரம் கூட எண்ணவில்லை. அந்த நிலையில் அப்பர்சுந்தரமும், ஷண்முகத்தாச்சியும் நினைக்க இடம் எது?

என்றாலும், அது நடக்கத்தான் செய்தது. கல்யாணி திடீரென அந்தர் தியானமாகி விட்டாள். கூட கைலாசமும் சென்றிருக்கிறான் என்ற செய்தியும் கிடைத்தது. மீனாட்சி ‘சரிதான்!!’ என்று தள்ளி விட்டான். ஆனால், கல்யாணியின் தந்தையும் அத்தையும் அவ்விதம் ஒதுக்கிவிட முடியுமா என்ன!

கல்யாணி எங்கே போயிருப்பாள்; என்ன செய்வாள்? மூதேவிக்கு மூளை இப்படியா போக வேணும்? கழுத்திலே கிடந்த கொஞ்ச நகை தானே, கையிலே பணம் கூட இல்லையே என்று பரிதவித்தாள் அத்தை. தன் தம்பியிடம் ஆள் அனுப்பி தேடும்படித் தூண்டினாள். ஒரு பலனும் கிட்டாததால் ஒப்பாரி வைத்துக் காலம் கழிப்பதைத் தொழிலாக்கிக் கொண்டாள்.

அப்பர்சுந்தரம் அதை அமைதியாக ஏற்றுக் கொள்ளப் போராடினார். ஆயினும், முடியவில்லை. மனோவேதனை வெளியே வெடித்து விடாமலா போய்விடும்! அதிலும் பிணங்கொத்திக் கழுகுகள் போல பக்கத்து வீட்டுக்காரர்களைப் பிய்த்துப் பிடுங்கி சீரழித்துச் சிரித்துத் துப்ப சமூகத்தின் அங்கத்தினர்கள் காத்திருக்கும் பொழுது, மனிதனுக்கு அமைதியா ஏற்படும்! அத்தகைய சந்தர்ப்பங்களில் எல்லாம் மனிதன் விதியை நோக வேண்டும். அல்லது கடவுளை நொந்து கொள்ள வேணும். ஆனால், அவரோ தன்னைத் தானே குறை கூறி அலுத்துக் கொண்டார். தன் மகளை ஒழுங்காக வளர்த்திருந்தால், இந்த அகௌரவம் விளையாத தல்லவா?

10 வது அத்தியாயம்

கல்யாணி என்ன ஆனாள்? அவள் வாழ்வின் புதிய சுவட்டிலே இன்பங்கள் விளைத்தனவா? அனுபவம் எந்த ரீதியிலே வளைந்து சென்றன? இவற்றைப் பற்றி யெல்லாம் ஆராய்ந்து மனதைக் குழப்பிக் கொள்ள வேண்டும் என்று அப்பர் சுந்தரம் எண்ணவில்லை. 'சனியன் தொலையட்டும்' என்று முனங்கினார்.

ஆனால், அந்தச் சனியனின் இந்தச் சின்னச் செயல், அவர் அந்தஸ்தையே பாதித்து விட்டது. பெயரும் புகழுமாய் பிரபலஸ்தராக வாழ்ந்த அவர், தலை குனிய வேண்டிய தாயிற்று, பலரும் பலவிதமாகப் பேசும் பொழுது. அதற்கு மேலாகக் காத்திருந்தது ஒரு விஷயம். சிக்கலானது தான். அது தான் மனித சமுதாயம், எவ்வளவு குறுகிய மனோபாவம் பெற்றது என்று அறியும்படி செய்தது.

கல்யாணி வெளியேறி விட்டாள். அதற்கு யார் என்ன செய்ய முடியும்? அவள் குணக்கோளாறு அது- இந்த நினைப்பில் மற்றவர்கள் மற்றக் காரியங்களைக் கவனிப்பரர்களா! அப்பர் சுந்தரத்தின் குடும்பத்திற்கே கெட்ட பெயர் கொடுத்து விட்டார்கள். இதை அவர் சட்டை செய்யும் பண்பு பெற்றவரல்ல. ஆனால், செருப்பு காலைக் கடிப்பது அதை அணிந்திருப்பவனுக்குத் தானே தொந்தரவு கொடுக்கும்! சூழ்நிலைக் கடிப்பு அவர் அமைதியைக் கெடுத்தது.

அப்பர்சுந்தரத்தின் இரண்டாவது பெண்ணுக்கு- கல்யாணியின் தங்கைக்கு- கல்யாணம் செய்ய முயன்ற போது அவருக்குச் சிக்கல்கள் எதிர்ப்பட்டன. எவ்வளவு அலைந்தும், பணம் செலவு செய்தும் என்ன? 'ஓடிப் போனவ'ளின் தங்கையை யார் மணம் செய்து கொள்ள முன் வருவார்கள்!

'ஏனய்யா அலைகிறீர்கள்? அக்காளைப் போலத்தானே தங்கச்சியும்!' என்று சிலர் சொல்லெறியும் போது, தந்தையின் உள்ளம் புண்பட்டுக் குவிந்தது. மனம் குமுறினாலும் என்ன செய்ய முடியும்?

கண்ணற்ற மனிதக் கும்பல். சிந்திக்கும் திறனற்றது. அக்காள் செய்த பாவம் தங்கை தலையிலா விடிய வேண்டும்! ஐயோ ஈனச் சமுதாயமே... ஊம், என்னச் சொல்ல வேணும். அந்த மூதேவியை முதலிலேயே அடக்கி வளர்த்திருந்தால்...?

இதுவே அவரது புலம்பலாகி விட்டது. இதை மீனாட்சிசுந்தரம் கேட்கும் பொழுது துயரப்படுவதுண்டு.

‘குருட்டுச் சமுதாயத்தில் ஒரு குருடராக இருந்து இப்பொழுது தான் கண்விழித்திருக்கிறார் இவர். பாவம்’ என்று நினைப்பது அவன் இயல்பாகி விட்டது. அத்துடன் ‘இவருக்கு ஏற்ற துணைதான் கைலாசமும்’ என்று ஒரு அனுபந்தமும் இணைக்க நேர்ந்தது. இந்தத் திருத்தம் செய்யத் தூண்டியது தபாலில் வந்த ஒரு கடிதம் தான்.

அது கைலாசத்திடமிருந்து வந்திருந்தது. பக்கம் பக்கமாக வரைந்து தள்ளியிருந்தான். அவனது செய்கைக்காக வருந்தினான், அனுபவம் அவன் கண்களைத் திறந்து விட்டதாம். ஏதேதோ ஞான உபதேசங்களை உதிர்த்திருந்தான். காரணம், பிரமாதமாக ஒன்றும் இல்லை! கல்யாணி அவனிடம் தனது குணத்தைக் காட்டி விட்டாள். அந்தக் கிளி வேறோர் கொடிக்குத் தாவி விட்டதாம்!

சில தினங்கள் கைலாசத்தினிடம் மோகமாயிருந்தாளாம். காதல், காதல் என்று மகத்தான கோட்டைகள் கட்டப்பட்டன. கனவு உலகிலே தான்! காலம் அவற்றைப் பனிப்படலமாக்கி விட்டது. போகப் போக அவளுக்கு அவன் மீது வெறுப்பு ஏற்பட்டது. சூழ்நிலை அவளுக்குப் பிடிக்கவில்லை. ஒரு நாள் அவள் மறைந்து போனாள்! அவன் கண்ட முடிவு இது தான்:

‘அன்ப, இதற்கு யாரைக் குறை சொல்வது! மலருக்கு மலர் தாவும் வண்டுகள் ஆண்கள் என்று குற்றம் சாட்டுகிறார்கள், பார்க்கப் போனால் பெண்கள் மட்டும் என்ன! மனித மனப் பண்பே இப்படி வளர்ந்து வருகிறது. ஒரு பூவிலிருந்து மறு பூ; இந்தச் செடியிலிருந்து அடுத்த செடி- இப்படிக் கவர்ச்சியில் இருந்து அதிகக் கவர்ச்சி என மயங்கி அலைகிறது. தூரத்துப் பச்சை தான் கண்களை

இழுக்கிறது. காலமும் அனுபவமும் சேர்ந்து எல்லாம் ஒரே இழவு தான் என்று சூடேற்றும் வரை, உண்மை – புலனாவதில்லை. நான் இப்பொழுதாவது விழிப்புற்றேனே, அதற்காக மகிழ்கிறேன். காலம் கல்யாணியின் கண்களையும் திறக்கட்டும்!'.

ரோஜா இதழ்கள்

'கிளிக்' என்ற ஓசையைத் தொடர்ந்து வெடித்தது வெளிச்சம். நிலவுப் பிரவாகம் போல பொங்கிப் பாய்ந்த எலெக்ட்ரிக் ஒளி அவள் முகத்தைக் கருக்கடித்தது. தலையை ஒரு உலுப்பு உலுக்கி விட்டு அடுத்த அறையின் அந்தகாரத்திற்குள் நழுவினாள் சாரதா, இடம் தவறி வீழும் விண் மீன் போல.

ராமநாதன் உள்ளத்தைக் குழப்பிய உணர்ச்சிக் கொந்தளிப்பை அனல் மூச்சாக வெளியே தள்ளினான். உள்ளடங்கிய வாசனையைப் புகையாகக் கக்கி தன்னையே எரித்துக் கொள்ளும் ஊதுவர்த்தியைப் பார்த்தான்.ஒளி கிறுக்கிச் சிரித்த எலெக்ட்ரிக் விளக்கு மீது கவனத்தைத் திருப்பினான். பார்வை தானாக வெள்ளை வெளேரென விரிந்து கிடந்த படுக்கை மீது பாய்ந்தது. துல்லிய ஒளியில் பனிப் பரப்பு போல் கிடந்த படுக்கையில், சிதறிக் கிடந்தன ரோஜா இதழ்கள், புனித வெண்மையைக் கறைப்படுத்தும் ரத்தத் துளிகள் போல.

இதழ் உதிர்ந்து மூளிச்சிரிப்பு சிரித்துக் கிடந்தது ரோஜாப்பூ தலையணை மீது. சில நிமிஷங்களுக்கு முன்பு அது சாரதாவின் கருங்கூந்தலின் ஸ்பரிச இன்பத்தில் ஆழ்ந்திருந்தது. இப்பொழுதோ, சுதி கலைந்த அவன் உள்ளத்தைப் பிரதி பலிப்பது போல் சிதறிக் கிடந்தன இதழ்கள்.

அவன் அதை எதிர்பார்க்க வில்லை. ஏன்? அவள் செய்கையே அவனுக்குப் புரியவில்லை. தான் அந்த அறைக்குள் வந்ததும் கட்டிலை அணுகியதும், அவள்

ஏன் அப்படி விலகிச் சென்று விளக்கேற்ற வேண்டும்? ஒரு வேளை அவள் மன நிலை அப்பொழுது அவன் உள்ளத் துடிப்புக்கு சுருதி சேர்க்கும் தன்மையில் குழைவுற வில்லையோ என்னவோ?

அதை அவள் மனம் ஏற்றுக் கொள்ளத் தயாராயில்லை. சில மணி நேரத்திற்கு முன் நிகழ்ந்ததை எண்ணும் போது...

அவன் சுவாரஸ்யமாக எழுதுவதில் ஈடுபட்டிருந்தான். உணர்ச்சிகளைக் கற்பனையில் மோதவிட்டுப் பேனா முனையில் சிந்தனைச் சித்திரமாக உருவாக்கிக் கொண்டிருந்தான். வேகமாக ஓடிய எழுத்துக்களுக்குத் தடை செய்ய வந்து நின்றாள் அவள். ஒன்றிய உள்ளத்துடன் உயரிய தபசில் ஆழ்ந்திருக்கும் தபஸ்வியின் சித்தத்தைக் குலைக்க வந்த அப்ஸரஸ் போல நின்ற சாரதாவைக் கண்டதும் அவனுக்கு எரிச்சலாகத் தான் இருந்தது. ‘சனியன்!’ என்று முணு முணுத்தான்.

அழகாகப் பின்னிவிடப்பட்டிருந்த சடையை முன்னால் இழுத்து கைகளால் நெருடிக் கொண்டு கோணல் விழிவலை வீசியது அவன் மனதை அலைக்காமல் இல்லை. ‘நேரமாய் விட்டதே இன்னுமா எழுதிக் கொண்டிருக்கிறீர்கள்?’ என்று கேட்டதும் அவன் சித்தம் தளர்வதை நன்றாக உணர்ந்தான். அதை இழுத்து நிறுத்த புத்தரின் வைராக்கியம் தேவையாக இருந்தது. மற்ற நாட்களில் என்றால், ‘எழுத்து என்ன வேண்டிக் கிடக்கிறது! கனவாவது கற்பனையாவது என்று பேனாவை விட்டெறிந்திருப்பான். ஆனால், இன்று அப்படி முடியாது. ஏதோ ஒரு போட்டியில் நிச்சய வெற்றி

பெரும் உறுதியுடன் உணர்ச்சியையும் சிந்தனையையும் திறமையுடன் சாரத்தியம் செய்வதில் ஈடுபட்டிருந்தான். அவனது அற்புத சிருஷ்டி நாளைத் தபாலில் பிரயாணமாக வேண்டும். அதற்கு வில்லங்கமாக அவள் வந்தால்...?

அதைப் பற்றி உனக்கென்ன கவலை! போய்த் தூங்கு: அல்லது என்னவும் செய். இங்கிருந்து தொலைந்தால் சரிதான், என்று உறுமினான்.

அதற்குப் பின்னும் அவள் ஏன் அங்கு நிற்கப் போகிறாள்! சாரதா 'ப்சூ' என அலுப்பாக உதட்டை அசைத்து வேகமாக வெளியேறினாள். அவள் நடை ஒலிபரப்பிய பாவத்தை உணர, அவன் முயற்சிக்கவே இல்லை. அவன் மனம் எழுத்திலேயே நிலைத்து விட்டது.

கால ஓட்டத்தை அளந்து காட்டும் கடிகாரத்தின் ஓயாத் துடிப்பு கூட அவன் கவனத்தைக் கவரவில்லை. அவன் பாட்டிற்கு எழுதிக் கொண்டேயிருந்தான். முகத்தில் உள்ளப் பூரிப்பின் வெற்றிச் சாயைப் படர அவன் பேனாவை மூடி வைத்து விட்டுத் தலையை நிமிர்த்திய போது, கடிகாரம் 'மணி ஒன்றரை' எனத் துடித்தது.

என்ன மணி ஒன்றரையா! என்று ஆச்சரியப்படத்தான் முடிந்தது அவனால். எழுந்து, ஒரே நிலையில் மடங்கியிருந்த அவயவங்களுக்கு விடுதலை கொடுக்கச் சோம்பல் முறித்து விட்டு வெளியே வந்தான். அந்தத் தெரு ஆழ்ந்த மோனத்தில் லயித்துக் கிடந்தது. வெறிச் சென்று விரிந்து கிடந்த வான நடுவிலே சிறிது தேய்ந்து விட்ட சந்திரனின் முக்கால் உருவம் இணையற்ற அமுதப் பிரவாகத்தைச் சிந்திச் சிரித்தது. எவ்வளவு சௌந்தர்யம்!

ஆனால் அதை யார் ரசிக்கிறார்கள்? எடுத்ததற்கெல்லாம் அழகான உவமைகளை முனக்கும் அவனது கலைமனம் அவ் வேளய நிலைமைக்கு உவமை காண முடியாமல் நன்றாயிருக்கிறது என்று தான் பேசியது.

'இதை ரசிக்க கூட யாராவது இருந்தால்...!' அவன் மனம் ஒத்த மனோபாவம் பெற்ற கலா ரசிகனை நாடியது. யார் இந்த வேளையிலே, நடு நிசிச் சாக் குருவி போல தனித்து நிற்கும் அவனுக்குத் துணையாகப் போகிறார்கள்! தானாகவே மோன நகை புரிந்து கொண்டான் ராமநாதன். எங்கிருந்தோ கிளம்பி எங்கோ செல்லும் குளிர்காற்று ஜில்லென்று பட்டது அவன் மேலே. புல்லரித்த உடல் மீது துண்டை இழுத்துப் போர்த்துக் கொண்டான். குளிர் சதையைத் தாண்டி எலும்பைத் துளைப்பது போலப் பட்டது. வீட்டுக்குள் நுழைந்தான்.

தன் கதையைப் பற்றிய பெருமை நினைப்பு ஒருவாறு அடங்கியதும், அவன் மனம் சாரதாவிடம் சென்றது. 'அவள் நல்லவள் தான். என்ன இருந்தாலும் பெண் தானே. சமய சந்தர்ப்பங்கள் தெரிவதில்லை; அட தானாகவே தெரியாவிட்டாலும் சொன்ன பிறகாவது புரிய வேண்டாமோ?' என்று கேள்வி போட்டது மனம். 'வாழ்க்கையே அப்படித்தான். எல்லாம் ஒத்துப் போவதில்லை. வாழ்க்கை பூங்காவில் மணம் தரும் இன்பத் துணை வேண்டுமாம். துணையாவது! போகப் போக நெரிஞ்சி முள்ளாகத்தான் இருக்கிறது' என்று சிந்தனை மின் வெட்டியது. கலைஞனின் இன் துணை என்றால், கலைத்தொழிலின் போது தலையிடலாமா! கலையுள்ளம் ரசனையை அனுபவிக்கத் துணை நாடும் போது,தேடினாலும் சகா அகப்படுவதில்லை. அதோ எங்கோ ஓலமிடுகிறதே கோட்டான் அதைப்போல் தான்

அவன் விழித்துக் கொண்டு நிற்க வேண்டும். வேண்டாத சமயங்களில் தொண தொணக்க ஏகப்பட்ட நண்பர்கள்!'. உலகத்தின் தன்மையை எண்ணும் போது மோனச் சிரிப்பு சிரிக்காமல் இருக்க முடியவில்லை.

'சாரதாவா...இப்பொழுது நன்றாகத் தூங்கியிருப்பாள்... பார்க்கலாமே' என்று அறையினுள் புகுந்தான் ராமநாதன். அப்படியே சொக்கி நின்று விட்டான். கட்டிலில் குப்புறக் கிடந்த அவள், ஒரு கன்னத்தைத் தலையணையில் பதித்து, முகத்தின் மறுபாதி நன்கு புலப்படும் வகையில் படுத்திருந்தாள். சாளரத்தின் வழியாக வந்த நிலவு அவளை மோகனச் சிலையாகச் சித்தரித்தது. ஆகாய வர்ணச் சேலையும் அதற்கு ஏற்ற ரவிக்கையுமணிந்து, கருநாக நெளிவு போன்ற தலைப்பின்னல் நீண்டு கீழே தொங்க, அதன் முடியில் முழுதலர்ந்த ரோஜா மலர்கள் அணி செய்ய, அழகுத் தெய்வம் போல் துயில் பயின்ற அவள், சந்திரிகை ராணியா! வானத்து மோகினியா! கலையுள்ளம் படம் விரித்து ஆட ஆரம்பித்தது. மாசு மருவற்று மிளிர்ந்த, நிலவொளி பட்டுத் தெறித்த, கண்ணாடிக் கன்னமும், மூடியிருந்த சுண்ணிமைகளும், அவள் தோற்றமும்...

அவன் முன் நகர்ந்தான். 'சாந்தியின் அதிதேவதை போல் கவலையற்றுத் துயில்கிறாள்' என்று நினைத்தான். மனக் கண், பிறர் உணர்ச்சிகளை வெற்றிகரமாக எடை போடும் அந்தக் கலைஞன் ஒரு பெண்ணுள்ளத்தின் இதயதாபம் மோன வேதனையாக முகத்திலே நெளிந்து செல்வதை உணரவில்லை. இரை தேடி அலுத்த நாகத்தின் நெடு மூச்சுப்போல், அவள் நெட்டுயிர்த்தது கூடவா தெரியவில்லை!

அழகை அள்ளிப் பருகிக் கொண்டே நெருங்கினான். அவளைக் கையால் தீண்டவில்லை. உள்ளக் குழைவை எல்லாம் கூட்டி 'சாரதா' என ரகசியம் – பேசவில்லை. என்றாலும், எதிர்பாராதது நடந்தது. சடக்கென எழுந்தாள் அவள். 'என்ன, தூக்கமில்லை' என அதிசயித்தான் கணவன்.

அவள் அவனைப் பார்த்த பார்வை! அதில் பரிவோ அன்போ இல்லை. குலைந்து கிடந்த மேலாடையை இழுத்து விட்டுக் கொண்டு, தலைப்பின்னல் சாட்டை போல் துவள, தலையை வெடுக்கெனத் திருப்பி, வேகமாக நடந்தாள். அந்த அதிர்ச்சியில் ரோஜாப்பூ இதழ்களாக உதிர்ந்தது.

'கிளிக்' என்ற ஓசை, பிறந்தது வெளிச்சம். ஆனால் ராமநாதன் உள்ளத்தில் இருள்தான் கவிழ்ந்தது. சாரதாவின் செய்கைக்கு அர்த்தம் என்ன? கோபமா! பழிக்குப் பழியா! கலைஞனின் இதயம் தொட்டாற்சினுங்கி இலை போலக் குவிந்தது.

'நான் பிரியமாக வந்தபோது எரிந்து விழுந்தாயே. நான் தனியாக, தூக்கத்தில் இன்பம் காணக் குமுறும் வேளையில் தொல்லை கொடுக்க வந்ததேன்?' என்று சொல் சாட்டை கொடுத்திருந்தால் கூட தேவலை. ஆனால், அவளது மௌன வெளியேற்றம் அவன் இதயத்தை அறுத்தது. அவள் பெண், மென்மை இதயத்தில் பட்ட அடி எழுப்பிய வைராக்யத்தைச் செயலிலா காட்ட வேண்டும்...

கலைஞன் பொறுமினான். ரோஜா அழகானது தான். ஆனால், ஆர்வமாக கை நீட்டினால், குத்திவிட முட்களும் உண்டு அதில்.

ஆம் என்று சொல்ல முயல்வது போல் சிதறிக் கிடந்தன ரோஜா இதழ்கள்! சில இதழ்களை எடுத்துக் கசக்கினான் சிந்தனையில் விழுந்த ராமநாதன். எப்பொழுதோ எங்கோ படித்த அமரகவியின் வாக்கு அவன் உள்ளத்தில் எதிரொலித்தது.

'இனிய ரோஜா மலர்களைப் பறித்துப் பரவசமாய் மார்பில் பதித்தேன். முள்தான் குத்தியது, இதழ்களின் அழகையும் மணத்தையும் மறந்து விட்டேன். வேதனை மட்டும் நீங்கவில்லை.'

இது சகஜம்!

இந்தக் காலத்தில் பிரயாணம் செய்வதென்றால் என்ன என்பதை ஒவ்வொரு நிமிஷமும் உணர்ந்து கொண்டுதான் அமர்ந்திருந்தான் சொக்கலிங்கம். முதலில் டிக்கட் எடுக்கும் இடத்தில் நெருக்கடி... ரயில் ஏறும் பொழுது ஏற்படும் பலத்த நெருக்கடி... ஏறினால் உட்கார, ஏன் நிற்கக்கூட இடமில்லாமல் திணறும் நெருக்கடி எவ்வளவோ நேரம் இரண்டு காலிலும் ஒரு காலிலும் நின்று தவம் செய்ததன் பயனாக இடம் கிடைத்தால், யோகாசனப் பயிற்சிகளை நினைவுறுத்துவது போல் அமர வேண்டிய நெருக்கடி; பின் ஒவ்வொரு ஸ்டேஷனிலும் கும்பல் ஏறியும் இறங்கியும் உண்டாக்கி அவஸ்தைகளை அதிகரிக்கச் செய்யும் நெருக்கடி. அப்பப்பா, ஒரு ராஜ்யத்தைப் பிடித்து நிர்வாகம் செய்யக் கிளப்பும் ராஜீய்வாதியைச் சூழும் நெருக்கடிகளுக்குச் சளைத்ததாயில்லை மூன்றாம் வகுப்பு பிரயாணியின் திண்டாட்டம்.

சாதாரண காலத்திலேயே அந்த ஜங்ஷனில் ரயில் வந்து நின்றால் ஒரே அமளி குமளி தான். வண்டிக்குள் இருப்பவர்கள், பாவம், மோதகத்திற்குள் திணிக்கப்படும் சர்க்கரை மசியல் போல் திணற வேண்டியிருக்கும். அதிக வண்டிகள் ஓடாத இக்காலத்தில் சொல்லவா வேண்டும்! ஜன்னல் வழியாக ஆட்களையும் உள்ளே திணிப்பார்கள், வெளியே நிற்பவர்கள். வண்டியிலிருப்பவர்கள் கத்திக் கொண்டே இடம் கொடுக்க வேண்டியது தான்!

இதைக் கவனித்துக் கொண்டிருந்த சொக்கலிங்கத்தை யாரோ தொட்டு நிற்பது போல் தோன்றவே அவன்

கவனம் கலைந்து திரும்பினான், திகைத்துப் போனான்! அவனோடு அப்படி நெருங்கி நின்றது ஓர் யுவதி.

அவள் உடலின் நடுக்கத்தை – முகத்தில் நெளியும் கலவரத்தை – கண்களில் சுடரிட்ட மிரட்சியைத் தான் அவன் முதலில் கண்டான். அவள் வேடருக்குப் பயந்தோடிவந்து ஒதுங்கி நிற்கும் மான் போல் நிற்கிறாள் என்று அவன் எண்ணினான். சொக்கலிங்கம் வேட்டையையோ, அடிபட்டு ஓடி வரும் மானையோ பார்த்ததில்லை தான். என்றாலும், அவள் நின்ற நிலைக்கு அவ்வித கவிதா உவமையைத்தான் அவன் உள்ளம் எதிரொலித்தது அவ்வேளையிலே.

அதற்குமேல் அவளை ஆராயத் தூண்டியது மனம். அழகி என்ற பதத்தின் அர்த்தம் அவள் என்று சொல்ல முடியா தென்றலும், அழகின் ரேகைகள் அவள் முகத்தில், கண்களில், உடலில் அங்கங்கு மின்னின அவளுக்கு- அதிகமாகப் போனால் பதினேழு பதினெட்டு வயதிருக்கும். படிக்கும் மாணவி எனத் தோன்றியது. எனினும், நவயுவதிகளின் பண்பாட்டைப் பிரதிபலிப்பதாயில்லை அவள் பண்பு. மொத்தத்தில் அவள் கனகாம்பரமோ! காட்டுப் பிச்சியோ! அல்ல, பாட்டிகளின் நாகரிகமும் நவயுவதிகளின் நாகரிகமும் சங்கமமான ஒரு சிருஷ்டி அவள்.

அவள் சொக்கலிங்கத்தின் அருகில் நின்றாள். அப்படி நிற்கும் பொழுது அவள் தேகம் அவன் தேகத்தின் மீது பட்டிருப்பதைக் கூட அவள் உணர்ந்ததாகக் காட்டிக் கொள்ளவில்லை. அந்த வழியாக ஜன அலைகள் மோதியும் முட்டியும் புரளும் போது, அவள் அவனை ஒட்டி ஒட்டி நெருங்கினாள். அவளுக்கிருந்த கலவர

உணர்ச்சிக் கொதிப்பிலே நாணம் பஸ்மீகரமாகி விட்ட்தோ என்னவோ! சொக்கலிங்கம் விலகலாம் எனத் தவித்தாலும் விலக இடம் இல்லை. அவள் கீழே இறங்க விரும்புகிறாளா, அல்லது...?

அவன் அறிய விரும்பியது வேறொருவர் உதிர்த்த கேள்வியில் தொனித்தது. அவள் 'இறங்கலே, உட்காரத்தான் போறேன்' என்றாள்.

'பின்னே உட்காருங்களேன்' என்றார் விசாரித்தவர். அவள் அந்த இடத்திலேயே உட்கார்ந்து விட்டாள். அவளது மிரண்ட பார்வையோ எதிரே உள்ள பெஞ்சையும் தாண்டி, பின்னால் உருவிச் செல்ல முயன்று கொண்டிருந்தது. அவள் துக்கத்தை விழுங்க முயல்வது போல் தவித்தாள். அவளது அமைதியின்மையைக் கண்ட ஒருவர் 'என்னம்மா?' என்று பரிவுடன் வினவினார்.

'அந்தப் பக்கம் நான் இருந்த இடத்திலே என் பெட்டி, கிடக்கு அதை எடுக்கணும் அங்கே அஞ்சாறு பட்டாளத்துக்காரங்க எனக்கு பயமாருக்கு!' என்றாள் அவள். அவள் குரலிலே தொனித்த பாவம்! அப்படிச் சொல்லி விட்டு அவள் இந்தப் புறம் திரும்பும் போது, சொக்கலிங்கம் அப்படித் திரும்பினான். அவன் பார்வையில் பட்ட அவள் நோக்கு நேர் நில்லாமல் குவிந்து விட்டது.

'நீங்க எந்த ஊருக்கு போகணும்?' என்று கேள்வி எழுந்தது, 'எதிர் பெஞ்சிலிருந்த சொக்கலிங்கத்தின் நண்பனிடமிருந்து.

அவள் 'சங்கரன் கோவிலுக்கு' என்று சொன்னாள்.

‘அப்படின்னா விருதுநகர் ஜங்ஷனில் நின்றதுமே எடுத்துக் கொள்ளலாம்... மிஸ்டர் சொக்கலிங்கம்! சாமான்கள் எடுத்துக் கொடுத்து விடும்’ என்றான் நண்பன்.

‘என்ன சாமான்கள்?’ என்று இதுவரை மௌனமாயிருந்த சொக்கலிங்கம் கேட்டான். அவன் முகத்தைப் பார்த்துக் கொண்டே ‘பெட்டியும் பையும்’ என்றாள். சுருண்டு நெளி பாய்ந்த அவள் கூந்தலையும் மின்னும் விழிகளையும், சிறிது தடித்த உதடுகளையும், நீல நரம்புகள் ஓடிய அவள் கழுத்தையும் கவனித்துக் கொண்டிருந்த சொக்கலிங்கம் ‘ஊம்’ கொட்டி வைத்தான். அதனால் பயம் தெளிந்தவள்போல் விளங்கினாள் அவள். சொக்கலிங்கம் ஜன்னலுக்கு வெளியே கண்களை ஓட்டினான்.

அவன் திரும்பிய போது அவள் அருகிலிருந்த ஒருவர் கையில் இருந்த பத்திரிகையை இழுத்து எடுத்து, வாசிக்கப் புறப்பட்டாள். அவள் துணிவு அவனுக்கு ஆச்சர்யமளிக்க வில்லை. நவயுகத்தில் அது சகஜந்தானே!

‘நீங்கள் காலேஜில் வாசிக்கிறீர்களோ?’ என்று கேட்டான் நண்பன்.

‘இல்லை. டிரெயினிங் படிக்கிறேன். சங்கரன் கோவில் தான் சொந்த ஊர். அங்கு போகிறேன்’ அவள் கேட்ட கேள்விக்கு அதிகமாகவே எழுதும் பண்பு பெற்றுவிட்ட பள்ளி மாணவி போல விளக்கினாள்.

மீண்டும் அவளுக்குப் பயம் எழுந்தது போலும்; எதிரே கலவரமாகக் கவனித்தாள். சொக்கலிங்கம் அவள் செயல்களைக் கவனிப்பதை அவள் உணர்ந்ததாகத் தோன்றியதும் திரும்பி ‘எனக்குப் பயமாருக்கு, அந்தப் பக்கத்திலே...அப்பப்பா...என் சாமான்கள்’ என்றாள் நடுங்கும் குரலில்.

சிறிது நேரத்துக்கு முந்திய அவளது துணிவைக் கண்டு வியக்காத சொக்கலிங்கம், அவள் பெண் இயல்பை நினைத்து இரங்கினான். அவளது தவிப்பைக் குறைக்க சாமான்களை எடுத்துக் கொடுக்க வேண்டும். அவளுக்கு அடுத்து இருந்தவரை அப்படி அந்தப் பக்கம் போய் ‘சாமான்களை எடுத்துக் கொடுங்களேன்’ என்றான்.

அவர் எழுந்து பெஞ்சு ஓரத்தில் போய் நின்று அந்தப் பக்கம் பார்த்தார். அங்கு கூடியிருந்த கும்பலைக் கவனித்தார். நமக்கேன் வம்பு என எண்ணினாரோ என்னவோ, சும்மா நின்று விட்டார்!

அந்த யுவதி நெடுமூச்செறிந்து சொக்கலிங்கத்தைப் பார்த்தாள்; ‘எடுக்கலாம்...கொஞ்சம் பொறுத்திருங்கள்’ என்றான் அவன்.

ரயில் ஏதோ ஒரு ஸ்டேஷனில் நின்றது. அந்த யுவதி எழுந்து நின்று திரும்பிய போது அவளுக்குத் தெரிந்த யாரோ பின்புற ஸீட்டில் இருப்பது தெரிந்தது. அந்த ஆளுடன் பேசும் சாக்கிலே, அவள் பெஞ்சில் முட்டுமண்டியிட்டு நின்றாள். அப்பொழுது அவள் ஆடை அருகிலிருந்த சொக்கலிங்கம் மேல் பட்டது. அவள் மெலிந்த விரல்கள் அவனது சட்டையை ஸ்பர்சிக்கத் துடித்து வந்தன. அவன் சிறிது நகர்ந்தான்.

அவளும் நெருங்கி வந்தாள்...அந்த யுவதியின் இத்துணிவை எண்ணி வியப்புறாமல் இருக்க முடியவில்லை அவனால்!

வண்டி நகர்ந்தது. அவளும் அவன் பக்கத்தில் மீண்டும் அமர்ந்தாள், அவளது கண்கள் புரளும் கயல் மீன்கள் போல அவன் புறம் தாவிப் பின் ஓடிக்கொண்டிருந்தன. சில சமயம் திரும்பி நேராக நோக்குவாள்.

'உங்கள் சொந்த ஊர் சங்கரன் கோவில் தானா?' என்று விசாரித்தான் நண்பன்.

ஆமாம் என்று தலையாட்டி விட்டு அவனை நோக்கினாள் அவள்.

அவளது பெட்டியையும், பையையும் எடுத்துக் கொடுக்கலாம் என்ற நினைப்புடன் சொக்கலிங்கம் கேட்டான். 'உங்கள் பெட்டி அடுத்த வரிசையில் இருக்கிறதா? அதற்கும் அந்தப் பக்கமா?' என்று.

'அடுத்த பெஞ்சிலேதான் பெஞ்சுக்கு அடியிலே' என்பது பதில்.

அவன் எழுந்து கதவருகே சென்றான். அடுத்த வரிசை பெஞ்சுகளிலும், இடைவெளியிலுமாக ஒரே கும்பலாய் உட்கார்ந்திருந்தனர் பலர், சிலர் பாடிக் கொண்டும், 'விஸில்' ஊதிக் கொண்டும் கூத்தடித்தனர். ஒருவன் ஒரு பிச்சைக்காரப் பெண்ணை இழுத்துக் கேலிகள் பேசி விளையாடிக் கொண்டிருந்தான். அவர்களை எப்படிக்

கேட்பது என்று சிறிது தயங்கினான் அவன். பின் துணிந்து விட்டான்!

'இந்த அம்மாவின் பெட்டி அந்த பெஞ்சின் கீழே இருக்கிறது, அதை எடுத்துக் கொடுங்கள்' என்று கேட்டான். அவ் யுவதியும் எழுந்து நின்றாள். அவள் முகத்திற்காகவோ, அல்லது அவனது வேண்டுதலுக்காகவோதான், அவர்கள் அன்பாக ஒரு பெட்டியை எடுத்து நீட்ட, அவன் வாங்கி இதுதானா? என்ற கேள்வியுடன் அவளிட்டம் கொடுத்தான். அவள் 'ஆமா' என்று சொல்லி அதைப் பெற்றுக் கொண்டாள். பின் 'ஒரு மூட்டை இருக்கிறது அதையும் எடுத்து விடுங்கள்' என்றாள்.

ஆரம்ப முதலிலே சொக்கலிங்கத்தை சந்தேகக் கண்களோடு கவனித்த பிரயாணிகள் இப்பொழுது முறைத்து நோக்கினர். அவன் அதை சட்டை பண்ணாமல் 'பெஞ்சின் கீழேயா?' என்றான்.

'ஊ...ம்' என்று தலையசைத்தாள் அவள். அந்தத் தொனி அலையையும், அவளது கழுத் தசைவதையும், கண்களின் பாய்ச்சலையும் ரசிக்காமலிருக்க முடியுமா அவனால்!

'இன்னு மொரு மூட்டை இருக்கிறதாம் அதையும் கொஞ்சம்....' என்று வேண்டினான் அவன். அந்தப் பகுதியில் இருந்தவர்கள் அனைவரும் அவளையும் அவனையும் எடை போட்டனர்! ஒருவன் என்னவோ முணங்கினான். அதற்குள் 'எடுத்துக்கொடு' என்று, மூட்டையை இழுத்தான். அது சொக்கலிங்கம் கைக்கு வந்து, பின் அவளிடம் சென்றது.

தான் உதவி செய்ததாக எண்ணி திரும்பிய அவன் பார்வை ஆவல் மிதக்கும் கண்களுடன் நின்ற அவள் முகத்தில் பதிந்தது. அங்கு நன்றி சிறு மகிழ்வாக மலர்ந்திருந்தாலும், கவலை தலையாட்டாமலில்லை. 'இன்னும் சில...' என்று மென்று விழுங்கினாள் அம் மங்கை!

சொக்கலிங்கத்திற்கு தர்ம சங்கடமாகி விட்டது. என்ன செய்வது? புரிய வந்த திருப்பணியைப் பூரணமாகச் செய்யாமல் போகலாமா? 'சரி, வேறு என்ன இருக்கிறது?' என்று கேட்டான்.

'அந்தப் பக்கத்தில் இருப்பதை எல்லாம் எடுத்துத் தந்து விடுங்கள்' என்றாள் அவள். அப்படி எடுத்ததில் ஒரு பெரிய மூட்டை, இரண்டு சிறு துணி மூட்டைகள், ஒரு சட்டி, படுக்கை என்று சேர்ந்து இந்த வட்டாரம் முழுவதையும் அடைத்து விட்டன. இந்தப் பக்கம் இருந்தவர்கள் அவனிடம் சண்டைக்கு வந்தார்கள்; இப்படி இடத்தை அடைத்தால்? 'அடுத்த ஸ்டேஷனில் நாங்கள் இறங்க வேண்டுமே...வழியை விட்டுத் தள்ளிவை ஐயா' என்று எரிந்து விழுந்தனர். பரோபகாரத்திற்காக அவன் அச்சுடு சொற்களைத் தாங்கிக்கொள்ள வேண்டிய தாயிற்று!

ஆனால், மற்றவர்கள் அவனது பரோபகார உணர்ச்சிப் பெருக்கைக் கண்டார்கள்! ஏனெனில், அவன் உதவிக்குப் பாத்திரமானது பெண்ணினம் ஆயிற்றே! அவன் இதயத்தில் நல்லெண்ணம் இருப்பினும், அவர்கள் பார்வையிலே சந்தேகம் தானே மின்னியது.

‘காலம் சார் காலம்! பச்சையும் நீலமுமாய் அழகு செய்து வந்து விட்டால் பயல்கள் சொக்கிப் போகிறார்கள்’ என்று விழிகள் பேசின! ‘பாரேன் அவளுக்கு அவன் விழுந்து விழுந்து உதவி செய்வதை!...அவள் தான் எவ்வளவு சிரித்து, பார்த்துப் பேசி மயக்குகிறாள்’ என்று ‘பெரிய மனுஷி’கள் கொட்டாவி விட்டனர்’ வலையென வீசிப் பரந்து வந்த பார்வையில் சிக்கியது இலையே.

அவன் உட்கார வில்லை. அவள் தன் அருகில் உட்காரலாமே என விழியால் பணித்தாள். விலகி இடம் செய்தாள். ‘உட்காருங்களேன்’ என்றார் அடுத்திருந்தவர். ‘விருதுநகரில் இறங்க வேண்டியது தானே’ என்று சொல்லி நின்றான் அவன்.

அன்பும் நன்றியும் கலந்த பார்வையை அவள் அடிக்கடி அவன் மேல் விட்டெறிந்தாள். அதை வெட்டி விடும், ‘சில சமயம் அவன் நோக்கும். என்றாலும், அவர்கள் பேச வில்லை. ஆயினும், சுற்றியிருந்தோர் தம் விஷநோக்கை மாற்றவில்லை. அது சகஜந்தானே, காரணம் அவன் ஆண்-அவள் பெண்!

விருதுநகர் ஜங்ஷன் வந்தது. வண்டி மாற்றுவதற்காக சொக்கலிங்கமும் நண்பனும் அங்கு இறங்க வேண்டியது தான். அப்படி இறங்கும் போது அவன் பார்வை அவள் பக்கம் பாய்ந்தது. அவளிடம் ‘போய் வருகிறேன்’ என்று சொல்ல வேண்டும் என அவன் மனம் துடித்தது. அவனையே கவனித்த அவளும் ஏதோ சொல்ல விரும்பினாள் என்பதைத் துடித்த உதடுகள் காட்டின. ஆனால், பேச்சு பிறக்கவில்லை.

சொக்கலிங்கமும் நண்பனும் இறங்கி நடந்தனர். அவன் திரும்பிப் பார்த்த போது அவளும் கவனித்துக்கொண்டு தானிருந்தாள். 'அவள் பெயர் என்னவென்று கூடக் கேட்கவில்லையே! விலாசம் கூடத் தெரியாதே' என மனப்பூர்வமாக வருந்தினான். அதே நேரத்தில் அவளும் அப்படி நினைத்தால் அதுவும் சகஜந்தானே!

சொர்க்கவாசல்

'அகிலாண்டம்...அகிலாண்டம்!' என அவசரமாக, அன்பு வழியும் குரலில், கூப்பிட்டுக் கொண்டே நுழைந்தார் சிதம்பரம் பிள்ளை.

அடுப்பங்கரையிலே 'கர கர'வென்று பாத்திரங்களை அலம்பும் பொழுதே கோர நாதங்களை ஒலி பரப்புவதில் ஈடுபட்டிருந்த அகிலாண்டத்தின் காதுகளில் அவரது அன்பழைப்பு விழவில்லை. ஒரு பதிலும் வராததைக் கண்ட பிள்ளை, மறுபடியும் கத்தினார், கொஞ்சம் கடுமையான குரலில்.

'என்னா?' என்ற பதிலை வீட்டினுள்ளிருந்து எல்லா அறைகளையும் தாண்டி அவர் காதில் வந்து விழுவதற்கும், 'சவம், கூப்பிட்டா உடனே வந்து தொலையறதில்லை' என அவர் முணு முணுப்பதற்கும் சரியாக இருந்தது.

அம்மாளும் வழக்கம்போல் 'இந்தா வந்துட்டேன்' என்று முன்னறிவிப்புக் கொடுத்து விட்டு வந்து சேர்வதற்குக் கால் மணி நேரம் பிடித்தது. தம் முன்னால் வந்து நின்றவளை முறைப்பாக விழித்தார் பிள்ளை. 'என்னா கூப்பிட்டேளே? எனக்கு வேலை கிடக்கு' என்றாள் அகிலாண்டம்.

'ஹூம். உனக்கு எப்பவும் வேலை தான், எப்பவும் அவசரந்தான்?'

‘இந்த வீட்டுக்கு வேலை செஞ்சு சாகணும்னு தான் வந்தாச்சே. பிறகு அழுதா முடியுமா? அதிருக்கட்டும்... இப்ப கூப்பிட்டேளே என்னத்துக்காம்?’ என்று சிடுசிடுப்பாகக் கேட்டாள்.

‘சரிதாங் கேள், ஆரம்பிச்சுடாதே உன் பாட்டை! ஆமா, நீ ஸ்ரீவைகுண்டத்துக்கு சொர்க்க வாசல் பார்க்கப் போகணும்னியே, போறயான்னு கேட்கத்தான் கூப்பிட்டேன்.’

‘அம்மாடி, உங்க மனசு இளகிட்டுதா?’ என்று ஏகத்தாளமாகக் கேட்டாள் அவள்.

‘சரி, சும்மாகிட! நம்ம பெரிய வீட்டு அண்ணாச்சி, மதனி, நடு வீட்டு ஆச்சி, அவ இவ எல்லோரும் போறா! நீயும் வேணும்னா போறியான்னு கேட்டா...’

அவள் அவரை மேலே பேச விடவில்லை. ‘ஏன், நீங்க வரலையா? நம்ப ரெண்டு பேரும் போனா எடுப்பா இராதோ?’ என்றாள். ‘எள்ளும் கொள்ளும் வெடிக்கும்’. அவள் முகத்திலே ஆனந்தம் துள்ள ஆரம்பித்தது.

‘அதல்லா மில்லே, எனக்கு ஜோலி நிறையக் கிடக்கு’ என இழுத்தார் பிள்ளை.

‘என்ன ஜோலி! என்னைக்குமா போறோம்? ஏதோ வருஷத்திலே ஒரு நாள்...’

‘ஆமாமா? மூந்நூத்தி அனுபத்தஞ்சு நாளிலே ஒவ்வொரு கிழமையும் வருஷத்திலே ஒரு நாள் தான். நீ

போறதானாப் போ. இல்லைன்னா வெட்டிக் கதை ஏன்?' என்றார் பிள்ளை, கண்டிப்பாக.

அவர் குணத்தை அறிந்த அகிலாண்டம் எதற்காக வீண் கதைகள் பேசப் போகிறாள்? 'சரி, போயிட்டு வாறேன்' என முனங்கினாள். அக்குரலிலும் மகிழ்வு கலந்து ஓடியது.

'சரி, அப்படின்னா அண்ணாச்சியிடம் போய் சொல்லிட்டு வாறேன்!' என்று அவள் முகத்தைப் பார்த்துக் கொண்டே எழுந்தவர், அங்கு தெளிந்த புன்னகையைக் கண்டதும் 'அட சிரிப்புத்தானா' என நைசாக அவள் கன்னத்திலே ஒரு தட்டுத் தட்டினார்.

'சும்மா இருங்கன்னா' என நாணங் கலந்த குரலில் கூறினாள் அவள், அதற்காகப் பிள்ளை அவளுடன் விளையாடாது போய் விடுவாரா! வாலிபப் பருவம் முழுவதையுமா இழந்து விட்டார் அவர்! இல்லை, நான்கு வருடக் குடும்ப வாழ்வை, மனதில் ஊறிய அன்பில் வளரும் குறும்புத் தனத்தை அழித்து விட முடியுமா?

2

ஸ்ரீவைகுண்டம் சொர்க்கவாசல் திருநாள் வந்தாலும் வந்தது; அவ்வூர்க் குடும்பஸ்தர்களின் வீடுகளில் இட நெருக்கடி ஏற்படவும் காரணமா இருந்தது. பக்கத்து ஊரில் உள்ள உறவினர்கள், தெரிந்தவர்கள், தெரியாதவர்கள், படைப்படையாக வந்து ஒவ்வோர் வீட்டிலும் முகாம் போட்டு விடுவது வழக்கம். அவ்வூரில் ஜனசங்கியை எதிர்பாராவகையில் ஏறுவது இரண்டே இரண்டு நாட்களில் தான். ஒன்று, சொர்க்க வாசல்

திறக்கப்படும் வைகுண்ட ஏகாதசி அன்று. பிறகு ஐந்தாம் திருவிழா அன்று, என்றோ வரும் ஐந்தாம் திருநாளில் எங்கிருந்தோ வரும் பிரபல நாதஸ்வர வித்வான்களின் வாசிப்பைக் கேட்கக் கூடுவார்கள். ஏகாதசி யன்றோ புண்ணியம் சம்பாதிக்கக் குழுமுவார்கள்!

அத்தகைய ஏகாதசியன்று, புண்ணியம் சம்பாதிக்கக் கிளம்பிய ' பட்டாளம்' ஒன்று அழகு சேரியிலிருந்து வந்து ஸ்ரீவையில் ஓர் வீட்டில் முகாமிட்டது. மறுநாள் பெருமாள் கோவிலில் சொர்க்க வாசல் திறக்குமுன்பு கல் வீட்டிலேயே நரகத்தின் வாசல் திறக்கப்பட்டு விட்டது. ஐந்தாறு 'குழந்தை குட்டிகள் ', மூன்று வாண்டுப் பயல்கள் , நாலு வனிதா மணிகள் ஆகியோர் அத்திருப்பணியை ஆற்றினர். அவர்களில் அகிலாண்டமும் கலந்து கொண்டாள்.

அவள் படிப்பிலே 'பிரைமரி 'யைத் தாண்டி விட்டாள் என்பதனால், அழகு சேரியில் அவளுக்கோர் தனி மதிப்பு. அவளுக்கோ முழுத் தேர்ச்சியும் இல்லாத நாகரிகத்தில் அவ்வூருக்கே 'அத்தாரிட்டி' அவள் தான்! அந்த லட்சணத்திலே, எடுத்ததற் கெல்லாம் லகானைச் சுண்டி இழுக்க, அவள் கணவன் இங்கு இல்லை. கேட்க வேண்டுமா அவள் ஆர்ப்பாட்டத்தை!

அவளுக்கு உதவிக்கு வந்து சேர்ந்தாள் மீனாட்சி. பக்கத்துப் பட்டிக்காடுகளில் எதையோ ஒன்றைச் சேர்ந்தவள் தான் அவள். நாகரிகக் கலையிலும், கல்வியிலும் தனக்கு நிகர் தானே என்று தலை நிமிர்ந்து திரியுங் குட்டி. அவ் வாடை பட்ட அகிலாண்டம், அவளுடன் சேராமல் இருப்பாளா? ஆகவே, இரண்டு

பேரும் கூடினார்கள், கூடினார்கள் ‘கூண்டு வண்டிக் காளை போலே!’

இவர்கள் இருவரும் தனிக் கட்சியானதும் அழகு சேரி அம்மாமிகள், அவர்களைப் பற்றி வம்பளக்க ஆரம்பித்தனர். அவர்களை ‘மேய்த்து அடக்க’ வந்த அண்ணாச்சி, தமது கடமையைச் செய்து முடித்தாயிற்று என்ற தைரியத்தில் எங்கோ மறைந்து விட்டார். தட்டிப் பேச ஆள் இல்லாததால் அவர்கள் பாடு ஒரே தொம்பப்பாளையம் தான்!

ஸ்ரீவைகுண்டம் கண்ணபிரான் சுவாமி கோயிலில் சொர்க்க வாசல் திறப்பன்று அமர்க்களத்திற்குக் குறைவா? நவ திருப்பதி என்று சொல்லிக் கொண்டு அங்கு மிங்கும். எல்லோரும், இங்கேயே சொர்க்கத்தில் சீட் ரிசர்வ் செய்ய அடிகோல முயல்பவர்களும் போக, சின்னப் பயல்களின் அட்டகாசமும் கூடி ஊரே சலசல வென்றிருக்கும்.

அத்துடன் கண்ணுக்கினிய விஷயங்களும் இல்லாமலா போகும்! வானவில்லிலும் காண முடியாத வர்ண வேறுபாடுகளையுடைய சேலைகளை அணிந்து, அப்படியும் இப்படியும் திரிபவர்கள் அழகை வர்ணிக்க ஒரு கம்பராகவோ, சுவாரஸ்யமாகப் பேசி மகிழ ஒரு வம்பராகவோ தான் இருக்க வேண்டும்.

இக் கூட்டத்திலே தீவிரமாகக் கலந்து கொண்டனர் அகிலாண்டமும், மீனாட்சியும். தங்கள் திறமையைக் கொட்டித் தங்களை அலங்கரித்து, ஏராளமாக நகையணிந்து திரிந்தனர்.

சொர்க்க வாசல் திறக்கும் நேரம். மேளம் அலறுகிறது. எங்கும் கோஷம். கதவு திறப்பதைக் காண ஓடி வந்தனர் பக்தர்கள். அவர்களிடையே நின்ற அகிலாண்டம், சாமி தரிசனம் செய்யத் தலை நிமிர்ந்ததும், தன்னையே கூர்ந்து கவனிக்கும் இரு கண்களை நோக்கினாள். ஆச்சர்யத்தால் மீண்டும் கவனித்தாள்.

ஆம்! சந்தேகமேயில்லை. கோபக் கனல் பறக்கும் விழிகள், அவள் கணவர் சிதம்பரம் பிள்ளையினுடையவை தான். சாக்ஷாத் அவரே தான் அங்கு நின்றார். அம்முகம். திறக்கப் போகும் சொர்க்கவாசலையோ, பக்தர்களுக்கு மோக்ஷம் தருவதாக உறுதி கூறி நின்ற சாமியையோ, கூட்டத்தையோ கவனிக்க வில்லை. வேண்டாத அழகெல்லாம் செய்து கொண்டு, அடுக்கடுக்காக நகையணிந்து ஆடித் திரிந்த அகிலாண்டத்தை எரித்து விடும் பாவனையிலே குத்திட்டு நின்றன அவர் கண்கள்!

பாவம், அகிலாண்டம்! இளமையின் துடிப்பிற்கு, இயற்கையின் தூண்டுதலுக்கு இணங்கி விட்டாள். அழகு செய்ய விரும்புவது பெண்ணின் குணந்தானே? எனினும், அவள் மனம் துடித்தது. அவர் போக்கு அவளுக்குத் தெரியும். தான் வரவில்லை என்று சொல்லி விட்டு இன்று வந்திருக்கிறாரே! ஏன்! தன்னைச் சோதிக்கவா?..,என்று எண்ண எண்ண அவள் தேகம் பதறியது. அங்கு முழங்கிய வாத்திய கோஷங்கள் அவளை வதை செய்தன. தலை நிமிர முடியவில்லை அவளால். அவ்வளவு கடுமையான பார்வை! அதை அவளால் மறக்க முடியவில்லை. அங்கு நிற்கவே நிலை கொள்ள வில்லை அவளுக்கு.

இன்னும் சொர்க்க வாசல் திறக்க வில்லை; திறந்தால் தான் என்ன? அவள் உள்ளத்திலே புகுந்த அந்தகாரத்தைத் துரத்தக் கூடிய ஜோதியா தோன்றிடப் போகிறது அங்கே!

அகிலாண்டம் கவலையுடன் தளர் நடையில் வீடு சேர்ந்தாள். அவசரம் அவசரமாகத் தன் நகைகளைக் கழற்றினாள். மணிக்கணக்காக-பாடுபட்டு செய்த அலங்காரத்தை வெறுப்பாகக் கலைத்தாள். அழகை எடுத்துக் காட்டிய நாகரிக முறைச் சேலைக் கட்டைக் குலைத்துச் சாதாரண முறையில் உடுத்துக் கொண்டாள். இருந்தும் அவள் மனதில் அமைதி சூழவில்லை. இதயத்திலே துடித்த கலவரத்தின் சாயை அவள் முகத்தில் பிரதிபலித்தது.

3

சிதம்பரம் பிள்ளை சொர்க்க வாசல் திறந்தவுடன் அதன் வழியாகப் போய் மோட்சத்தை எட்டிப் பிடிக்கப் போய்விட வில்லை. அவர் மனம் பூலோக விஷயங்களிலே சுழன்று குழம்பியது. அற்ப விஷயத்தையும் பிரமாதமாகக் கருதும் பேர் வழி அவர். யார் மீதும் இலகுவில் அவரது நம்பிக்கை பதிந்து விடாது.

அதிலும் பெண்கள் விஷயத்திலே, அவரது கொள்கை அசைக்க முடியாதபடி பத்தாம் பசலியாக இருந்தது. பெண்களுக்கு உரிமை யென்று அவரிடம் சொல்லி விட்டால், அவரால் பொறுக்க முடியாது: 'அடுப்பூது பவர்களுக்கு உரிமையாவது! ஹூம், பெண்களை விழியாலேயே ஆட்டி வைக்க வேண்டும்', என்பார். தன் மனைவி விஷயத்தில் அவ்விதியையும் மிஞ்சி விட்டார்

அவர். மனஸ்தாபமோ கோபமோ எழுந்தால், அவரது கை தான் அவளை அடக்க முன் வரும்.

இயற்கையான குதூகலத்துடன் குதித்து வந்த அகிலாண்டத்தைக் கண்டதும் சிதம்பரம் பிள்ளையின் ஆத்திரம் அளவு கடந்தது. கண்களில் கோபக் கனல் ஜொலித்தது. மனமோ முனங்கிய்து. 'மூதேவி, மாடு மாதிரி வளர்ந்தும் மூளையில்லை. அலங்காரத்தைப் பாருங்க, தேவடியாள் மாதிரி! குடும்பப் பெண்ணா, லட்சணமா இருக்க வேணாம்?... தூ!'

அவரது உள்ளக் கொதிப்புடன், கை துறு துறுத்தது. அவளுக்குச் சரியான பாடம் கற்பிக்க வேண்டு மென்று. ஆனால் காலமும், இடமும் சரியில்லையே! உற்சவம் முடிந்ததும் ஒருவரையும் சந்திக்க விரும்பவில்லை. பெரிய வீட்டு அண்ணாச்சியையோ, அழகுசேரிப் படைகளையோ கண்டு பேச வேண்டாம், அகிலாண்டம்?

'அவள் ஊருக்கு வரட்டும்' என மனம் பதைத்தது. அவளை எதற்காக இப்பொழுது பார்க்க வேண்டும்? சவம் தானாக வருது. வழி தெரியாதா என்ன?. அந்தப் பட்டாளத்தைக் கூட்டி வரத்தான் அண்ணாச்சி இருக்காகளே!' என்று சமாதானம் செய்து கொண்டு, ரயிலைப் பிடிக்கக் கிளம்பினார் பிள்ளை.

4

அவர் வருவார், வருவார் என்று பயந்து கொண்டே காத்திருந்தாள், அகிலாண்டம். மணி ஓடியதே தவிர, சிதம்பரம் பிள்ளை வரவில்லை. அவள் மனக் கலவரம் அதிகரித்தது. வந்தவர் ஏன் தன்னைப் பார்க்க வர

வில்லை? ஊருக்குப் போகும் போது தன்னையும் அழைத்துச் சென்றிருக்கலாமே!

அவள் மன வட்டத்திலே மிதந்த கேள்விகளுக்குப் பதில் தான் கிடைக்கவில்லை. பகலைத் துரத்திச் சென்ற இருள் அவள் பற்றுக் கோடாகப் பிடித்திருந்த 'வருவார்' என்ற நம்பிக்கையையும் ஓட்டி விட்டது . அவள் மனதிலும் இருள் சூழ்ந்தது.

அவர் குணம் அவளுக்கு நன்கு தெரியும். தன் முன்னாலேயே அதிக அழகு செய்து திரிவதைக் கண்டாலும் 'நீ என்ன தேவடியாளா, இப்படிக் குலுக்கி மினுக்க!?' என்று கூசாது கேட்பாரே! அன்று ஏன் அவ்விதம் அலங்காரம் செய்து அலையும் நினைவு பிறந்தது..!

அகிலாண்டத்தின் மனம் பல புதிர்களை விட்டெறிந்து அவற்றிற்கு விடை தேட ஆரம்பித்தது. அன்றைய நிகழ்ச்சிகளைத் தன் போக்கிலேயே விமர்சனம் செய்யத் துணிந்தால், பழைய கேள்வி தான் பிறந்தது – அவள் ஏன் அலங்காரம் செய்து கொண்டாள் ? என்று.

அதற்குப் பதில் மன மூளையிலிருந்து சூட்டான வினாவாக எழுந்தது, ஏன் அழகு செய்யக் கூடாது? அவளும் ஒரு பெண் தானே! என்று.

ஆனால், அவள், கணவர்...அவர் குணமா, விருப்பு வெறுப்புக்கள்...தண்டனை?

கணவர் என்றால் என்ன? அவள் பெண்! அவளுக்கு உரிமையில்லையா? இன்பத்தை நாடுவது இயல்பு தானே?

ஆனாலும், அவள் அவர் மனைவி. அவள் கடமை...

இவ்விதம் அலை மோதின, எண்ணங்கள் அவள் மனதிலே. அவள் 'குறு குறு' வென அமர்ந்து விட்டாள். பெரிய வீட்டு அண்ணாச்சி வந்ததும் 'உங்க தம்பி போயாச்சோ?' என்று கேட்டாள்.

'தம்பியா, அவன் இங்கு எங்கே வந்தான்.' என ஆச்சரியமாக வினவினார் அவர்.

'வந்திருந்தார்களே; நீங்க பார்க்கலையா?'

'இல்லையே. எங்கிட்ட வரலைன்னு சொன்னானே. ஊருக்கு எப்போ போகலாம்?'

'இங்கே வரலை. கோவிலிலே பார்த்தேன். கூட்டத்திலே ......' என்றதும் அவர் சிரித்தார். 'போ பைத்தியக்காரி ! யாரைப் பார்த்தியோ!' என ஓங்கியடித்தார்.

'இல்லை. அவுக தான்' என்றாள் அவள். அதற்குள் துக்கம் தொண்டையை அடைத்தது களி மொத்தை போல.

'இங்கே வராமலா போய் விடுவான்? என்ன வேடிக்கை!' என அண்ணாச்சி முணு முணுத்தார். அவளோ ஒன்றும் சொல்ல விரும்பவில்லை. தன்னுள்ளேயே சாம்பிக் குவிந்தாள்.

மறு நாள் நன்கு விடியு முன்னரே அழகுசேரிப் பட்டாளம் நடையைக் கட்டியதால் 'பல பல' வெனப் புலரும் வேளையில் அவரவர் வீடு அடைந்தனர். வழியெல்லாம் அகிலாண்டம் மௌனமாகவே நடந்தாள். அவள் மனம் எண்ணத்தெல்லாம் எண்ணி ஏங்கிற்று. அவள் முகம் சோகச் சித்திரமாகத் திகழ்ந்தது. வீட்டு நடையில் கால் வைக்கும் பொழுதே அவளுக்குத் 'திக் திக்' கென்றது. இதயம் துடித்தது. கக்கும் எரிமலையை எதிர்பார்த்தே மெதுவாக நுழைந்தாள்.

திண்ணையில் அமர்ந்து வெற்றிலை மென்று கொண்டிருந்த சிதம்பரம் பிள்ளை கனைத்தார். வரப் போகும் கொந்தளிப்பின் எச்சரிக்கையா, அது? அவள் ஒன்றும் பேச வில்லை. 'என்ன, திருவிழா ஆட்ட பாட்டம் எல்லாம் முடிஞ்சுட்டு தா' என்று அவர் குரலில் தொனித்த பரிகாசத்தை அவள் உணராமல் இல்லை. அவள் தேகம் குலுங்கியது; வெகு பிரயாசையுடன் கேட்டு விட்டாள், 'நீங்க நேற்றே திரும்பி விட்டேளா?' என்று.

கண்களிலே கேலிக் குறிப்புத் துள்ள 'எங்கிருந்து?' என்று கேட்டார்.

"சொர்க்க வாசல் பார்த்துட்டுத் தான்.'

'ஹ ஹ, யார் சொன்னா நான் வந்தேன்னு?'

'நான் தான்..பார்த்தேன்' என மென்று விழுங்கினாள் அவள்.

‘பார்த்தியா? சரி தான்!’

‘நீங்க ஏன் வீட்டுக்கு வரலை?’ எனும் கேள்வி கம்மிய தொண்டையிலிருந்து கிளம்பிய்து.

‘எதற்காக வரணும்? உன் ஆட்டத்தைத் தான் அம்பலத்திலேயே பார்த்தாச்சே. வீட்டிலே வேறே பார்க்கணுமா? ஹூ... ம்’

அவள் எதிர் நோக்கிய வரவேற்புப் பிரசங்கம் தொடங்கியது. அவர் கோபம் எவ்வ, எவ்வ, குரலும் உயர்ந்தது. முடிவாகக் கர்ஜித்தார். ‘அகிலாண்டம், உன்னை அங்குப் போக அனுமதித்ததே தவறு’.

அவள் என்ன சொல்வாள்? கால் விரலால் தரையில் கோடு கீறி, அதைப் பார்த்தபடியே தலை கவிழ்ந்து நின்றாள்.

‘நிற்கா பாரு, மண்ணாந்தை மாதிரி. மூதி! உள்ளே தொலையேன், என் முன்னாலே நில்லாதே! ஹூம். உன் மூளை இப்படியா போகணும்? சதிர் தாசி போல குலுக்கி மினுக்கித் திரிஞ்சியே, வெட்கமில்லே?’ என்று அவர் வாய் அக்னிச் சொற்களைக் கக்கியது.

அவள் மௌனமாக நின்றாள். கண்கள் நீர் சொரிய, மெதுவாக வீட்டிற்குள் நுழைந்தாள். அவர் வாயோ பொரிந்து தள்ளியது ‘இன்னமே நீ வீட்டை விட்டு நகரு, சொல்றேன். உனக் கென்னத்துக்குத் திருவிழா! ’ என்று..

'சொர்க்க வாசல் கண்ட பலன் இது தானா?' என அவள் மனம் பொங்கியது. அவளுக்கு இன்பத்தின் ரேகை இம்மி கூடக் கிட்டாதபடி ஆனந்த வாசல் அடைக்கப்பட்டு விட்டது .

அகிலாண்டம் பெரு மூச்செறிந்து வழக்கமான அலுவல்களில் ஈடுபட்டாள். தனது உரிமைக்காகப் போரிட முன் வரவில்லை அவள்.

போய்விடவாவது! அவள் அவர் மனைவி. அவர் வார்த்தைகளின்படி தானே நடக்க வேண்டும்!

கணவனுக்கு அடங்கி நடக்க வேண்டும்! கடமை எனும் பெயரால் சமூகம் பெண்களுக்கு விதித்துள்ள கட்டளை தானே அது?

அந்தரப் பிழைப்பு

மோனத் தவத்தில் ஆழ்ந்திருந்த மகாதேவர் கண் விழித்தார். அவர் பார்வை பூலோகத்தில் பாய்ந்தது. ஒருமுறை உடல் நடுங்கியது. வெள்ளிப் பனிவரையின் குளிரால் அல்ல! மண்ணுலகத்துக் காட்சி அவர் உள்ளத்தைத் தொட்டது. அவர் சமாதியில் ஆழ்ந்திருந்தாலும் அவரது பினைவு, சுடலைப் பொடி போல மக்கி விடவில்லை. அவருக்கு நன்றாக நினை விருந்தது – உலகம் முடிவுற, ஊழிக்காலம் இன்னும் வரவில்லை. வடவைக்கனல் சமுத்திர நடுவிலேதான் தங்கியிருந்தது. ஆனால், இது என்ன? உலகத்தில் அமைதியில்லை. தங்கள் சிருஷ்டியின் சிறந்த ஜந்துக்கள் என்று பூரிப்பு பெற்றார்களே மும்மூர்த்திகள்...அந்த மண்ணுலகப் பூச்சிகள் ஏன் இப்படிக் கொந்தளித்துக் கும்மாளி யீட் வேண்டும்...அவர் உள்ளச் சீற்றம் போல, கழுத்தில் கிடந்த நாகமும் சீறியது.

‘காக்கும் தொழிலை அந்தப் பகட்டுச் சாமி சரியாகச் செய்ய வில்லை போல் தோன்றுகிறது. அவனுக்கு அதற்கு எங்கே நேரம் இருக்கப் போகிறது! ஆடம்பர அலங்காரங்கள் செய்து கொண்டு, அழகு பார்த்து மகிழ்வதுடன் அழகிகளைப் பார்க்க வும் தான் காலம் சரியாக இருக்கும்... சே, அவரவர் வேலையை அவர்கள் ஒழுங்காகச் செய்யா விட்டால்’ என்ன உலகம் ! என்ன சிருஷ்டி!

கோபமுற்ற சிவன் நெற்றிக் கண்ணைத் திறக்கலாமா, வேண்டாமா என எண்ணினார். அந்த நினைப்பாலேயே நெற்றிக் கண் சிறிது நெருப்பு வீசியது! அக்கனலைப்

பொறுக்காமல், கைலாச பர்வதத்தின் பனிக்கட்டிகள் உருகி ஓடத் தொடங்கின. வெயில் கொளுத்தலாயிற்று. கோடைகால ஆரம்பத்திலேயே அகோரமாக இருக்கிறதே என்று சுகவாசிகள் புலம்பலாயினர்.

'சரிதான். இனி கடலில் வசிக்க வேண்டிய சீசன். ஆதிசேடா, பைந்நாகக்குடையாய், படுக்கையாய், தோழனாய் உடன் வா' என்று விஷ்ணு பகவான் கிளம்பினார். அப்பொழுது கூட அலங்காரம் செய்து கொள்ள மறக்கவில்லை!

அப்படி அழகு செய்து கொண்டு கண்ணாடியில் பார்த்து மகிழும்போது தான், சாம்ப மூர்த்தி ஆவேசமாக உள்ளே நுழைந்தார், 'என்ன வோய், உலகம் போகிற போக்கைப் பார்த்தீராங் காணும்?" என்று கேட்டுக் கொண்டே. விஷ்ணுவின் நிலை கண்ட பரமேச்வரனுக்குக் கோபம் அதிகரித்தது. நீரோ கடவுளோ! கெட்ட கேடா ! காத்தல் தொழில் நடத்தும் லட்சணம்! ஹூம்' என உறுமினார்.

ஸ்ரீமந் நாராயண மூர்த்தி மோகனப் புன்னகை புரிந்தார். 'என்ன ஸ்வாமிகளே! ரொம்ப ஆத்திரப்படுகிறீர்களே! உலகம் போக வேண்டிய போக்கிலே தான் போகிறது' என்ற வார்த்தைகள் அவர் உதட்டுக்கு குறுநகை நெளிவுடன் கலந்தன.

'மண்ணாப் போச்சு, போம்.'

மாயவன் சிரித்தார்! 'அதுதானே கடவுளே உலக நிலை. உலகம் போக வேண்டிய நிலைமையும் கூட!' என்று சொல்லிக் கொண்டே, 'லஷ்மி! வரசனைத் தைலம் எங்கே? சே, அதையே காணோமே' என்று முணங்கினார்.

சிவனுக்கு அடங்காத கோபம் ‘வாசனையாவது மண்ணாவது? மண்ணுலகம்...’

‘மண்ணாத்தானே போகணும்! அப்புறம் என்ன?’

‘அது உண்மை. மண்ணலிருந்து நீ உண்டானாய்; மீண்டும் மண்ணேயாவாய் என்ற தத்துவப்படி.....’

புதிதாக எழுந்த குரல் இருவரையும் திரும்பிப் பார்க்கச் செய்தது.

‘அடடே ! கர்த்தரின் திருக்குமாரரா! வாரும் பிள்ளாய்!’ என்றார் விஷ்ணு.

‘வருக’ எனத் தலை அசைத்தார் சிவன்.

‘என்ன குமாரரே! உமது அருள் நோக்கு பொங்கிப் பாய்ந்த பூப்பிரதேசங்களின் நிலைமையைக் கவனித்தீரர்! ஏன் இப்படி!’

அவர்களுக்கு “ஐயோ! அவர்கள் என்ன செய்கிறோம் என்று தெரியாமல் செய்கிறார்கள்!’ என்று கண்ணீர் வடித்தார் ஏசுநாதர்.

‘குமாரரே, வருத்தற்க! கவலைப்பட வேண்டியவர்கள்...’

விஷ்ணு பேச்சை முடிக்க வில்லை. சிவன் சீறினார். நீர் தாங் கணும்! ரொம்ப அற்புதமாகப் பாதித்தீரே. போர்த்தா விளைவு களைப் பற்றிக் கவலைப்படாதே எல்லாம்

எனது அருள். நீ உன் கடமையைச் செய்' என்று. அவர்கள் இஷ்டம்போல் கடவுளே கதி என்று பாரத்தை நம் தலையில் போட்டு விட்டு கந்தர் கோலம் பண்ணுகிறார்கள். நீர் என்னடான்னா சிங்காரம் செய்து சொகுசாக வாழ்கிறீர். அப்புறம் உலகம் எப்படி ஐயா உருப்படும்? என்று நான் கேட்கிறேன்.'

'பாபிகளை ரட்சிக்க பரமண்டலத்திலேயுள்ள பிதா மோட்ச சாம்ராஜ்யத்தை இங்கே இறக்குவார்; ஜனங்களே என்னை விசுவாசியுங்கள் என்று தொண்ட கிழியக் கத்தினேன்' என்றார் ரட்சகர்'

''ஆமா, என்ன பிரயோஜனம்? ஒரு கன்னத்தில் அடித்தால் மறு கன்னத்தைக் காட்டு என்று கூடத் தான் சொன்னீர். ஆகவே ஒவ்வொருத்தனும் பலமாகத் திருப்பியாவது. ரெண்டு – கன்னத்திலும் அறைகிறான்!' என்று அலுத்துக் கொண்டார் சிவன்.

'சரி, இப்போ என்ன செய்ய வேணும் சுவாமிகளே'-இது விஷ்ணு .

'சொல்வதென்ன! எமனுக்கு வேலையே இல்லையாம். இந்த மனித ஜந்துக்களே எமன்களாகி விட்டனவாம். அது காணாது என்று மிலிடெரி லாரி என என்னவோ. சிருஷ்டித்து எமன் வேலையைக் கெடுக்கும் எமனாக வரமளித்து உலாவவிட்டு விட்டதாம். இன்னும் என்னவோ அணு குண்டு அது இது என்று எவ்வளவோ !'

'நல்லதாப் போச்சு, சிவனாரே நீர் இன்னும் கொஞ்ச காலம் கண் மூடியிரும்...'

'உலகம் மண் மூடிப் போகட்டும், என்பது உம் எண்ணமோ? அடக் காக்கும் பிரகிருதியே!'

'நீர் என்ன வாழ்ந்தீர்! இல்லை, பிரம்மா தான் என்ன கிழித்து விட்டார்! சிருஷ்டி சிறப்பாக இருந்தால், உலகம் என்றோ உருப்பட்டிருக்குமே; அதில்லை. ஆகையால் அழிகிறது.

'பிறர் கண்ணில் விழுந்துள்ள உத்திரத்தை- இல்லை, இல்லை! தூசியை இல்லை துரும்பை:..என்ன அணுவா..'

'என்ன தவறு! என்ன கொலை!' என்று சொல்லிக் கொண்டே முருகபிரான் வந்து சேர்ந்தார். ஏசு முனியைப் பார்த்து 'ஐயா தமிழ் மொழியை நன்கு பயின்றிருக்கக் கூடாதா? அது தெரியாமல் மொழி பெயர்ப்பு வேலையில் ஏன் ஈடுபட்டீர்!' என்றார்.

ஏசுமுனி அதைக் கேளாதவர் போலவே 'இதோ வந்து விட்டது! பிறர் கண்ணில் கிடக்கும் அணுவை அகற்றும் முன்பு, உன் கண்ணில் கிடக்கும் தூசியை விலக்குக' என்றார்.

'இப்படி நீர் போதித்தீராக்கும்?' என்று கேட்டார் கதிரேசன்.

'ஆமாம். இப்போ இவர்கள் குறை கூறத் தொடங்கியதும் அது நினைவுக்கு வந்தது.'

'நன்று, நன்று...சரி எந்தையே! அம்மை நும் வரவுக்காக அங்கு காத்திருக்கிறாள்' என்று தமிழ்க் கடவுளான குமரப்

பெருமான் திருவாய் மலர்ந்தருள, சிவபெருமான் அவசரம் அவசரமாகக் கிளம்பினார். அதைக் கண்ட விஷ்ணுவுக்கு சிரிப்பு தாங்க முடியவில்லை. சிவனார் முறைத்தார், 'இப்ப என்ன கண்டீராம் இப்படிச் சிரிக்க' என்று.

'உலக நிலையின் காரணத்தை எண்ணியதும் சிரிப்பு வந்தது.'

ஏசு முனி *'என்ன காரணம்?'* என்றார்.

'எல்லாம் சக்தியின் லீலை!'

சிவனுக்குக் கோபம் வந்து விட்டது என்பதை அவரது கண்களே கூறின. 'என்ன, என்னைக் கிண்டல் பண்ணுகிறீரா!' என கர்ஜித்தார். மாயவன் புன்னகையுடன் சொன்னார், 'இல்லை ஐயா யாரை யார் கிண்டல் செய்ய முடியும்? பொதுவான விஷயமாயிற்றே!'

விளங்கவில்லை.

உலக மக்களின் மீது நம் தேவியாரின் கருணாகடாட்சம் அளவுக்கு மீறி விட்டது. சரஸ்வதியின் அருள் நோக்கு அதிகம் பரவியதால், ஞானம் அதிகரித்து ஆராய்ச்சி விஞ்ஞானம் என்றெல்லாம் அகண்டு, அவையே நாசத்திற்கு ஏதுவாகி விட்டன. லக்ஷ்மி புன்னகை புரிந்தாள், செல்வம் சிதற. அது அழிவு வேலைக்கும், போட்டி, பொறுமை, போர் இவைகளுக்கும்

உதவுகின்றன. சில சக்தியின் கிருபையால் வெறி ஏற்பட்டு....'

'ஓய், யாரிடம் பேசுகிறீர் என்பது நினைவி லிருக்கட்டும்' என உறுமினார் பரமேஸ்வரன்.

'தந்தையே வருக. இவர் பிரசங்கத்தைக் கேட்க நாம் என்ன அர்ஜுனனா! போவோம்' என்று அவசரப் படுத்தினார் கார்த்தி கேயன். இருவரும் சென்றதும் விஷ்ணுவும் மறைந்தார்.

ஏசுநாதர் 'என்ன பிழைப்பு! திரிசங்கு நிலை, மோட்ச சாம்ராஜ்யத்தை எப்போ பூமியில் இறக்கலாம்? ஒரு எழவும் புரியமாட்டேன் என்கிறதே!' என முணங்கிக் கொண்டே நடந்தார். தம்மை மறந்த சிந்தனையில் ஊர்ந்ததால் திடீரென்று யாருடனோ முட்டிக் கொண்டதும் தான் நினைவு வந்தது. ஏறெடுத்துப் பார்த்தார்.

'ஓ! புத்த முனிவர்!...மன்னிக்க வேண்டும். மோட்ச சாம்ராஜ்ய நினைவாகவே நடந்தேன். அது தான்...' ஏசுநாதர் தலையைச் சொரிந்தார்.

'அன்பு, அன்பு, அன்பு' என்று போதித்தவர், தம் தலைவலியைக் கூட கவனியாமல் ஏசுவின் தலையை அடிபட்ட இடத்தைத் தடவிக் கொடுத்தார் 'நான் சிந்தனையிலேயே லயித்து விட்டேன். ஒரு புதிர் விடுபடவே யில்லை.'

'என்ன?'

'அது தான்-என் சிஷ்யன் ஆனந்தன் கூடக் கேட்டானே! என் மரணப் படுக்கையில்; ஸ்வாமி, இப்பொழுதாவது சொல்லுங்கள்? கடவுளைப்பற்றி நீங்கள் என்ன நினைக்கிறீர்கள்? கடவுள் இருக்கிறாரா? இல்லையா...?'

'நீங்கள் என்ன பதில் சொன்னீர்களோ?"

'மோனப் புன்னகைதான்!'

'அதன் அர்த்தம்?'

'எவ்வளவோ !'

'சரி, இன்று தங்கள் கருத்து என்ன?'

'எதைப் பற்றி?'

'கடவுளைப் பற்றித் தான்!"

புத்த பகவான் தலை நிமிர்ந்து நோக்கினார். அன்பு நெளியும் புன்னகை புரிந்து, மௌனமாக முன்னேறினார். 'இப்பவும் அந்தரத்திலே தானா முடிவு!' என முணுமுணுத்தார் ஏசு.

நாகலோகக் காதல்!

‘அர்ஜுனா’ என்று அன்பாக அழைத்தார் கிருஷ்ண பகவான்.

‘ஸ்வாமி’ என்று மகிழ்வுடன் வந்தான் விஜயன்.

‘பார்த்திபா! நீ கல்யாணம் செய்து கொள்கிறாயா?’ என்று மாயவன் கேட்டார் புன்னகை புரிந்த வண்ணம். காண்டீபனுக்கு முதலில் ஐயம் எழுந்தது. ஒரு வேளை மாதவன் தன்னைக் கேலி செய்கிறாரோ என எண்ணினான். திக்விஜயம் செய்து அற்புத அழகிகளை மனைவியராகப் பெற்று இன்ப வாழ்வு வாழ்பவன் அவன். அவனிடம் இப்படிக் கேட்டால்! ‘என்ன பிரபோ விளையாடுகிறீர்களா?’ என்று கேள்வி போடாமல் மௌனமாக நிற்க முடியவில்லை அவனால்.

கண்ணன் நகைத்து விட்டுச் சொன்னார்: ‘கேலியல்ல பார்த்தா, விளையாலடாவது! கல்யாணத்திலுமா விளையாட்டு!’

‘இதுவரை நிகழ்ந்த திருமணங்களும் அப்படித் தானே! அல்லியை அடைந்ததும், பவளக் கொடியாளை மணம் புரிந்ததும், சுபத்திராவைக் கல்யாணம் செய்து கொண்டதும் எல்லாமே நமது திருவிளையாட்டுகளின் இன்ப ஏடுகளல்லவா?”

‘அவை கிடக்கட்டும், விஜயா, இது விளையாட்டல்ல. வினை தான். இரண்டு பெண்களுக்குக் கல்யாணம்

செய்து வைக்கவேண்டிய பொறுப்பு என் மீது விழுந்து விட்டது...'

'அந்தப் பெண்களை என்னிடம் ஒப்புவித்து விடலாம் என் யோசனையோ! உங்களிடம் நான் ஒருவன் வந்து சேர்ந்தேனே' என்றான் விஜய்ன்.

'இல்லாவிடில் அர்ஜூனா, உன் ரசனை தெரியாமலா போய் விடும்'.

அவன் சிரித்தான். 'தேவ, கன்னியர் எங்கு கிடைத்தனர். தங்களிடம் பொறுப்பு வந்தது எவ்விதம். அறியலாமோ?' என வினாவினான். கிருஷ்ணன் குறும்புச் சிரிப்புடன் 'பெண் யார், என்ன விஷயம் என்னும் ஆவலை அறிய இது ஓர் வழியோ!' என்றார். தொடர்ந்தே சொன்னார் 'விஷ மடு ஒன்றிலே குதித்து அங்கு கொட்ட மடித்தலைந்த காளிங்கன் தலையை மிதித்து நர்த்தனம் புரிந்தேனா! அந்த நாகராஜன் உயிர்ப் பிச்சை வேண்டினான். கொடுத்து அனுப்பவே, அவன் தன் இரு புதல்விகளையும் என்னிடம் சமர்ப்பித்தான். அந் நாககன்னியருக்கு ஏற்ற கணவனிடம் அவர்களை ஒப்புவிப்பதாக வாக்களித்தேன். நீ தான் அவர்களுக்குத் தகுந்தவன்'.

'சரிதான்! நாகமாவது, கன்னியாவது! இது என்ன புரளி, கிருஷ்ணா!'

'என்னை, பெண் என்றாலே மயங்கி விடும் பித்தன் என எண்ணினீர்களா? அழகாம், பாம்புப் பெண்ணாம்...'
'விஜய! நீ உன்னையே மறந்து விடுகிறாயே. நீரின் அசைவில் சலன மிட்ட நிழலைக் கண்டு மயங்கி அல்லி,

அல்லி வா வா என்று ஜெபம் பண்ணியது யார்? 'பவளக் கொடியின் மீதில் ஆசை மறப்பேனோ நானே' என்று ஓலமிட்டு, பின் பாவையை மணக்கப் பாம்பாக மாறியது யார்? இப்படி நீயாக ஏங்கித் தவிக்க வேண்டும் போலும்! நாககன்னியர் வலிய வரும் சீதேவிகள் அல்லவா? விலக்கத்தான் செய்வாய். எனக்கென்ன, வேறு எவனையாவது பார்த்து, மணம் செய்து வைத்து விட்டுப் போகிறேன்!' என்று சொல்லி கிருஷ்ணன் வெளியே கிளம்பத் தயாரானார்.

தனஞ்சயன் உள்ளம் துடிக்கத் தொடங்கியது. ' கண்ணா வேண்டாம். சும்மா சொன்னால்...' என்று கெஞ்சத் தொடங்கினான். 'அப்படி வா வழிக்கு!' என்று தலையை ஆட்டினார் கிருஷ்ணபிரான். 'இன்று எனக்கு வேலை இருக்கிறது. நாளை திருமணத்தை முடித்து விடலாம்' என்று சொல்லி மறைந்தார் மாயவன்.

அவர் போனபின் தான் விஜயனின் மனம் வேலை செய்ய ஆரம்பித்தது! கேட்டதுமே காதல் கொண்டு விட்டான் அவன்! ஆனால், அவர்களை எங்கே பார்ப்பது? 'கிருஷ்ணன் எப்பொழுதுமே இப்படித்தான். தூண்டி விட்டு வேடிக்கை பார்ப்பது! பிறர் உணர்ச்சிகளைக் கவனிப்பதே இல்லை!' என்று முணங்கியது அவன் உள்ளம். அதே கவலையாக அவன் வெளியே கிளம்பினான்.

சட்டென்று நின்று பார்க்கும் போது பிருந்தாவனத்தை அடுத்த நீர் நிலையருகே வந்திருப்பதை உணர்ந்தான். முன்பு அந்த இடம் அச்சத்தின் நிலைக்களனாக இருந்தது. அதனருகில் மிருகங்கள் கூடச் செல்லா, வானக் கடலில் நீந்தும் பறவைகள் கூட அந் நீர்ப்பரப்பிற்கு மேலே

வந்ததும் மயங்கி நீரில் விழுந்து விடும். ஆனால், இன்றோ! பறவைகள் களிவெறிக் கானம்பாடி பறந்து திரிந்தன. நீர்க்கரை யோரமாக அவன் பார்வை மிதந்தது. திகைத்து நின்றான்.

அது யார்? இவ்வளவு துணிகரமாக விஷ வாவியில் கால்களை ஊன்றி, நீரில் நெளியும் தன் நிழலையே ரசித்த வண்ணம் நிற்கும் மோகனாங்கி யார்? இந்தப் பிராந்தியத்திற்கே புதிதா என்ன! இல்லாவிட்டால், இந்நீரின் தன்மை தெரியாமல் இப்படி நிற்பாளா! அர்ஜுனன் மனதில் பலவிதமான எண்ணங்கள் அலைபுரண்டன. முதலில் அவளுக்கு எச்சரித்துவிட வேண்டும்.

நெருங்கினான். காலடி. ஓசை கேட்டு அவள் தலை நிமிர்ந்து பார்த்தாள். மின் நெளிவு போல ஒரு கண் வீச்சு. உடனேயே நாணத்தின் பிரதிபலிப்பாகி, தலை குனிந்தாள். விஜயனின் உள்ளம் துடித்தது. ‘சுந்தரி, இந்த மடு விஷம் நிறைந்தது. அதில் இவ்விதம் நில்லாதே’ என்றான்.

அவள் செவிடா என்ன! அசையாத பதுமை போல நிற் பானேன்? ‘சுந்தரி, சொல்வது புரியவில்லையா, என்ன! ‘ என்று கேட்டான் அவன்.

அவள் அவனை நோக்கினாள். ‘விஷமா! அது என்னை ஒன்றும் செய்யாது’ என்று சொல்லி, குறும்புச் சிரிப்புடன் நீரில் குதித்து விட்டாள். ‘அடடா தற்கொலை செய்து கொள்ள வந்தவளா! அவள் எண்ணம் எனக்குத் தெரியாமல் போய் விட்டதே. அவளைத்

தடுத்திருக்கலாமே. என்ன அழகு! இந்த சௌந்தர்யவதி இப்படியா..'

அவன் நினைவு இற்று விழும்படி காரியம் நிகழ்ந்தது. அற்புத சுந்தரி, வெண்ணலை வீசும் விரி நீரைக் கிழித்து எழும் இளஞாயிறு போல், ஒளி வீசும் சௌந்தர்யத்துடன் திரும்பவும் கரைக்கு வந்தாள். பாதரசக் குண்டுகள் போல் நீர் சொட்ட, அவிழ்ந்து புரளும் கருங்குழலும், சுடர் தெறிக்கும் தேக காந்தியும், நாகத்தின் மணிக் கண்கள் போல் தனி சேபையுடன் மிளிரும் கருவிழிகளும், அவள் நின்ற சாயலும் விஜயனை மயக்கின. 'நீ யார்? நீ மோகினியா!' என்று பிரமித்து நின்றான் விஜயன்.

'இல்லை. நாக கன்னிகை' என்றாள் அம்மோகனாங்கி. அறிமுகம் அர்ஜுனன் இதயத்தில் மின்னல் தாக்குதலாகப் பாய்ந்தது. 'நீ தானா நாககன்னி! உன் தங்கை எங்கே?' என்று அவசரமாகக் கேட்டான்.

இப்பொழுது அவள் திகைத்தாள். 'நீங்கள் யார்? எங்களைப் பற்றி உங்களுக்கு எப்படித் தெரியும்' என்று சொல் பாணத்துடன், விழிப் பாணத்தையும் ஏவினாள். இனி அர்ஜுனனுக்கு என்ன கவலை. உரிமைக் குரல் தொடுத்தான். 'பிரியே..'

அவள் சிறிது கோபம் காட்டினாள் முகத்தில். 'அன்பே! நாகம் படம் விரித்து ஆடும் பொழுது ரொம்ப ரொம்ப நன்றாக, கவர்ச்சிகரமாக இருக்கிறது. நீயும் கோபமுற்று சீறும் போது அற்புத அழகுடன் மிளிர்கிறாய்' என்று காதல் அகராதியைப் புரட்டினான். அது தான் அவனுக்குத் தலைகீழ்ப் பாடமாயிற்றே!

‘நீங்கள் யார் என்று கேட்டால் வீண் வம்பு அளந்து கொண்டு...’ என்று அவள் சீறினாள். அவனோ மகிழ்வுடன் அணுகினான்: ‘கண்ணே . நான் தான் உன் கணவன், வில் விஜயன். காம்பீர்ய காண்டீபன். அழகு அர்ஜுனன். பார்த்தன்..’

அவன் அடுக்கிய பெயர்கள் அவள் உள்ளத்தில் பூரிப்பை எழுப்பின. ரோஜா மலரைப் போல் அவள் கன்னங்கள் சிவந்தன, நாணத்தால். ஆனால், சட்டென்று முகம் கறுத்தது. ‘ராஜன்! தனியாக நிற்கும் கன்னியிடம் தாங்கள் இப்படி வார்த்தையாடுவது சரியல்ல. என் தந்தை, எங்களை கிருஷ்ணபகவானிடம் ஒப்புவித்து விட்டார்.’

அவள் முடிக்கவில்லை. ‘அது எனக்குத் தெரியும். கிருஷ்ணனையும் தெரியும். கண்ணன் நினைப்பையும் நானறிவேன், எல்லாம் நான் விளங்கி விட்டுப் போகிறது’ என்று கூறி, அவளைப் பிடிக்க கை நீட்டினான். அவளோ ஒளிப் பாம்பென நெளிந்து கணத்திலே நீரில் பாய்ந்து பார்வையிலிருந்து மறைய முயன்றாள். விஜயனும் பின்னால் குதித்தான். முன் சென்ற கன்னியின் வழியே தொடர்ந்தான். நீரில் மிதந்து வந்தவர்கள் வேறு லோகத்தில் புகுந்து விட்டது போல் தோன்றியது.

திரும்பிய இடமெல்லாம் நாக நெளிவுகள். சர்ப்ப மேனியின் கண்ணாடிப் பளபளப்பு. தனிக் கவர்ச்சி. ‘இது தான் நாகலோகமா’ என்ற விஜயனின் வியப்பு சொல்லாக உதிர்ந்து விட்டது. திடுக்கிட்டுத் திரும்பினாள் கன்னி. ‘ஐயோ! நீங்கள் ஏன் வந்தீர்கள்? எப்படி வந்தீர்கள்?’ என்று பதறினாள்.

‘உன் பின்னோலே தான் வந்தேன்’ என்றான் விஜயன். புன்னகை புரிந்து அவள்– ‘இங்கு பூலோகவாசிகள் வரக் கூடாதே!’ ‘ என்றாள். ‘நான் வந்து விட்டேனே!’ என்று சிரித்தான் அர்ஜூனன்.

அதன் பிறகு என்ன செய்வது! அவனை நந்தவனத்தின் புதர்களிடையே பதுங்கி இருக்கும்படியும், பின்னர் தான் வந்து கவனிப்பதாகவும் சொல்லிச் சென்றாள் அவள். விதவிதமான மலர்ச் செடிகளும், வன்னக் கொடிகளும் நிறைந்த பூங்காவில் புகுந்தான் விஜயன்.

நேரம் சென்றது. ஓசை கேட்டதும் பார்த்தான். கன்னி தான். ‘ ஏன் இவ்வளவு நேரம். நாகலோகத்தில் உள்ளவர்களுக்குப் பசியாமல் இருக்கலாம்: அதனால் எனக்கும் பசிக்காதா என்ன’ என்று கேட்டான். ஆனால், அவன் எதிர்பாராதது நடந்தது.

அவள் பதில் சொல்லவில்லை. ஆனால், கூச்சலிட்டாள். ‘ஐயோ நர ஜந்து வந்திருக்கிறது!’ என்று. அர்ஜுனன் ‘பைத்தியம்! ஏன் உளறுகிறாய்?’ என்று கத்தினான். அவளோ அதிகம் கூப்பாடு போட ஆரம்பித்தாள்.

‘ஏனடி இப்படிக் கூச்சலிடுகிறாய்! என்ன வந்து விட்டது!’ என்று கேட்டுக் கொண்டே வந்து சேர்ந்தாள், அவள் நிழல் போன்ற வேறோர் மங்கை, அவள் கையில் உணவுப் பொருள்களும், கூஜாவும் வைத்திருந்தாள்.

‘மனிதன் வந்து…’

‘அதனால் என்னவாம்!’ என்று கடிந்து விட்டு அர்ஜுனனிடம்: ‘இவள் தான் என் தங்கை. அசடு, மூளையே கிடையாது. கத்துகிறது’ என்று குறைபட்டுக் கொண்டாள். விஜயனின் திகைப்பு அப்பொழுது தான் மாறியது. ‘ஓகோ அது தான் பார்த்தேன், அவளும் உன்னைப்போலவே தான் இருக்கிறாள்’ என்று சொன்னான். அவன் பார்வை இளையவளின் அழகையும், மூத்தவள் வனப்பையும் எடை போடுவதில் அலைந்தது.

‘இவர் தானடி. அவர்...’ என்று ஆரம்பித்தாள். சட்டென்று நாக்கைக் கடித்துக் கொண்டு, தலை கவிழ்ந்தாள். அவ்வளவு வெட்கம்! ஆனால், விழி நோக்கு கள்ளத்தனமாக விஜயன்மீது பாயாமல் இல்லை.

தங்கைக்கும் புரிந்து விட்டது. ‘நல்ல வேளை. முட்டாள் தனமாக நான் கத்தினேனே. யாராவது வந்திருந்தால்...?’ என்று முணு முணுத்தாள்.

‘வந்தாலும் ஒன்றும் நேர்ந்திராது. நான் தான் இருக்கிறேனே, அர்ஜுனன் உங்கள் கணவன் என்று அறிமுகம் செய்து வைக்க!’

‘சம்மனில்லாமலே ஆஜரான’ புதிய குரலைக் கேட்டு மூவரும் திரும்பினர். அங்கே கிருஷ்ணபகவான் புன்னகை தவழும் முகத்துடனும், ஆசி கூறும் கையுடனும் கம்பீரமாக நின்றார். ‘என்ன விஜயா?’ எனக்கு சிரமம் கொடுக்க வேண்டாம் என்று நீயாகவே மணப்பெண்களைத் தேடி வந்து விட்டாய் போலிருக்கிறதே!’ என்று குறும்பாக நகைத்தார்.

‘எல்லாம் தங்கள் கிருபையால் தான்’ என்றான் அர்ஜுனன், நாகக்கன்னியரோ மகிழ்வுடன், நாணி நின்றனர்.

ரதியின் தோல்வி

ரதி தேவி முதலில் தனக்கு அது வெற்றிதான் என்று எண்ணினாள். ஆனால், அது எவ்வளவு பேதமை என்பது சீக்கிரமே புரிந்து விட்டது .

வசந்தகாலம் தன் மோகனப் போர்வையை இழுத்துப் பரப்பிக் கொண்டு வந்தது. தென்றலின் மென்மையும், குயில் கானத்தின் இனிமையும், சந்திரிகையின் அமுத ஒளியும் இன்பலாகிரி எற்றும் காலம். பூவுலகிலே மனிதர்கள் வாழ்வுச் சுமையை மறந்து, இன்ப நிழலில் சுகம் பெற ஆர்வத்துட்டன் திரியும் பருவம்,

காலம் மனிதர்களை மட்டும் தானா பாதிக்கும்? தேவருலக வாசிகளும் உணர்ச்சியின் பிம்பங்கள் தானே. பிறருக்கு உணர்ச்சி மூட்டி வேடிக்கை பார்ப்பதில் அவர்களுக்குத் தனி இன்பம் இருக்கலாம்; என்றாலும், உணர்ச்சி ஒரு நாகப்பாம்பு. மகுடி நாதத்துக்குக் கட்டுப்பட்டு, ஆட்டுகிறவன் எண்ணம் போல் நெளித்தாலும், திடீரென வளைந்து ஆட்டுபவனையே முத்தமிடத் தவிக்கும் விஷ ஜந்து. தேவருலகத்தவர்களை அது விட்டு விடுமா!

ரதிக்கு அன்று மனதில் தனி இன்பம் பொங்கிப் பிரவகித்தது. மானிட ஜந்துக்களை ஆட்ட, மனிதனுக்குத் துணையாகச் செல்லும் அந்த அதிரூப சக்தி மீதே காமனின் பக்க பலங்கள் தம் கைவரிசையைக் காட்ட முனைந்து விட்டது போல் தோன்றியது; தென்றலும் நிலவும், குயிலின் குரலும் அவளுக்குத் தவிப்பை உண்டாக்கின.

சோலையிலே வாவியருகில் நின்றாள். பளிங்குச் சிலை போன்ற அவள் மேனியில் பட்டு அழகின் எல்லையை அற்புதமாக எடுத்துக் காட்டிய வெண்மை நிலா அவளுக்குச் சுட்டு விட்டது! நெற்றியில் நெளிந்து கிடந்த கருங் கூந்தலை வருடிய இளங்காற்றும் அவளுக்குக் கொதிக்கும் அனலாய்ப் பட்டது! அப்பொழுது தான் தனது அன்பனின் பாணங்களுக்குப் பலியாகும் மங்கையரின் நிலை அவளுக்குப் புரிவது போல் தோன்றியது. இனிய இடத்திலே இருப்புக் கொள்ளாமல் திரும்பி வந்த ரதி, தனது சயனத்திலே சாய்ந்தாள் வாடி விழும் அழகு மலர் போல.

அவளுக்குத் தனது வெற்றியின் நினைவு எழுந்து சுழன்றது!

வசந்தத்தின் சோபை அரசு செலுத்திக் கொண்டிருந்தது. இயற்கையின் மேனி நெடுகிலும் பருவ மங்கையின் அங்கங்களில் தவளும் மோகனக் கவர்ச்சி மிளிர்ந்தது. ஆயினும், தன் தன்மையையே அறியாமல் வெளியுலகப் பிரக்ஞை சிறிதுமின்றி, கண்மூடி மோன சமாதியிலே ஆழ்ந்திருந்தார் அவர். கங்கா முடியும் சர்ப்ப ஆபரணங்களும், நீறு பூசிய மேனியுமாகத் திகழ்ந்த அவரது ஏகாக்கிரக சித்தையைக் கலைக்க வேண்டுமென ஏவப்பட்ட மதனன் வில் வளைத்து மலரம்புகளைத் தொடுத்து நின்றான். பரமேஸ்வரனின் முன்னிலையிலே மோகன அவதாரமாக, பக்தி செய்து நின்றாள் இமவானின் அன்புச் செல்வி. சிவன் கண்களை விழித்தார். பிரகிருதியின் சௌந்தர்யம்... எழிலுக்கோர் எழில் ராணியாக நின்ற பார்வதி.. வசந்தச் சூழல்கள் வரண்ட அவரது உதடுகளிலே கூட மென்னகை

தவழ்ந்தது. அவர் கண்கள் சுழன்றன. எதிரே பணிவுடன் நின்ற மங்கையின் மீது விழிகள் பதிந்தன. அவள் பக்தியுடன் வணங்கி, பரவசமாய்த் தலை நிமிரும் வேளை. அவள் கண்கள் அவரது முக மலரிலே சாடத் தாவி விடும்...சரியான சமயத்தை எதிர் நோக்கி நின்ற மன்மதனின் புஷ்ப பாணம் பாய்ந்தது. பட்டது சிவன்மேல். பரமசிவன் ஆத்திரமடைந்தார். திறந்தது நுதல் விழி. பிறந்தது செந்தீ. பட்டான் காமன்!

காதல் அனலால் உயிர்களைக் கருக வைக்கும் காமன் கருகிச் சாம்பலாய்க் கிடந்தான் தரையிலே. தேவர்களின் சூழ்ச்சியால் வெறும் கருவியாய் செயலாற்றிய மதனன் முடிவடைந்தான், தேவர்கள் கெஞ்சினர்.

தன் நாதனை இழந்த ரதி அலறினாள், அரற்றினாள். அடிபட்ட அன்ன மெனத் தவிக்கும் தன்னையும் பிடிசாம்பலாக மாற்றிவிட நுதல் விழியின் கடாட்சத்திற்காகக் கெஞ்சினாள். தான் உயிர் வாழ, தனது உயிரான காந்தனை உயிர்ப்பிக்கும்படி வேண்டினாள்.

ஏதோ மனமிரங்கி சிவன் மதனனின் சக்தியை உலகில் நிலவவிட்டார். அவன் உடல் மறைந்தது. ஆவி தன் வல்லமையை உலகில் நிலை நாட்டி, ஜீவராசிகளிடையே இன்பம் பரப்பித் தன் அரசுரிமையை ஸ்தாபிக்க அலையும் அருள் பெற்று விட்டது..

அன்று ரதி சந்தோஷத்தால் தன் பிரார்த்தனை பலித்தது என்று தான் மகிழ்ந்தாள். தன் நாதனைக் கண்ணாரக் காண முடியாது என்றாலும், அவன் வெறும் நினைவு மாத்திரமாகி விடவில்லையே எனப் பூரித்தாள்.

அந்த சமாதானம் வெறும் ஏமாற்று – மன மயக்கு – என்பதை ஓடிய தினங்கள் நிரூபித்து விட்டன! இன்று அவள் வெயிலில் கருகும் மலரென நைகின்றாள்.

படுக்கையிலே புரண்டாள் ரதி. மோன மூச்செரிந்தாள். உலகின் உயிர்களுக்கு இன்ப வேதனை அளிக்க மதன சக்தியை உயிர்ப்பித்த இறைவனை நொந்தாள். தன் கதியை நினைக்க நினைக்க அவளால், பொங்கி வந்த அழுகையை அடக்க முடியவில்லை. விசும்பி அழ ஆரம்பித்து விட்டாள்...

'பிரியே!'

அந்தக் குரல், தென்றலினூடே வண்டின் ரீங்காரம் போல் வந்த அந்த தொனி, தூரத்து வேய்ங் குழலின் இனிமை யென ஒலித்த அன்பழைப்பு, அவள் மனதைத் தொட்டது. இன்னும் அதிகமாக அழுதாள்.

'கண்மணி, ஏன் அழுகிறாய்?'

அவளால் ஒன்றும் பேச இயல வில்லை. மனத்தின் துயரை விண்டுரைக்க முடியாது. வேதனையை சோகப் பொறுமலாகச் சிந்தும் சிறு குழந்தை போல ரதி விக்கி விக்கி அழுதாள். தன்னை அழைத்தது யார் என்பது அவளுக்குத் தெரியும். முன்பு-அது பழங்கதையல்ல. சில தினங்களுக்கு முந்திய, பிரத்யட்ச வாழ்வாக இருந்தது தான்-அதே அழைப்பு, அந்த அன்புக்குரல் அவள் மனதிலே, அதுவும் அந்நேரத்திலே. அத்தகைய சூழ்நிலையிலே, எவ்வித இன்ப உணர்ச்சிகளை எழுப்பும்! இன்று அவள் சோகத்தால் சாம்புவதைத் தவிர வேறு என்ன செய்ய முடியும்!

'தேவி அழாதே, ஏன் எனது வண்ணக்குயில் அழுகிறது?' என்று கொஞ்சும் குரல், அத்துடன் தன் கன்னங்களிலே வருடும் விரல்களின் இன்ப ஸ்பர்சத்தை உணர்ந்தாள். ஆனால், அந்த இன்பக் கைகளைப் பற்றி முத்தமீந்து அன்புடன் அழகைப் பருக அவளால் இயலவில்லை; 'ஸ்வாமி' 'ஸ்வாமி!' எனக் கதறினாள்.

'அன்பே, அழுது என்ன செய்ய? உன்னையே தேற்றிக் கொள், கண்மணி!'

விசித்தழுது துடிக்கும் அவள் மலர் உதடுகளிலே அன்பு முத்தம் விதைக்கும் 'இச்' செனும் ஓசை எழுந்தது. என்றாலும், அந்த அன்பு மலர்களை அவள் கண்டு ரசிக்க முடிய வில்லையே!

அவள் அழுதாள். அன்பன் சாமி பயத்தை உணர்ந்தாலும் அவன் அழகைக் கண்டு மகிழ முடியாத காதலி, மனம் தவியாது என்ன செய்ய முடியும் ? அவன் தொடுவதை அவள் உணர்ந்தாள். அவன் மொழிவதை அவள் செவியுற்றாள். என்றாலும், ஸ்பரிசிக்க முடியாது! தீண்டி விளையாட இயலாது! கேலியுடன் கொஞ்சல் மொழி உகுத்து அவன் இதழ்க் கடையிலே வெடிக்கும் மலர் நகையை, கன்னத்தில் மின்னும் குழிவை, கண்களிலே மிளிரும் கவர்ச்சிமிக்க ஒளியைக் கண்டு அவன் இன்புற முடியாது! என்ன வாழ்க்கை ! அதிலும் பழங்கால இன்ப நினைவுகள் தோன்றி வாதனை செய்யும் போது, இன்ப வாழ்விலே இடியெனப் பாய்ந்த இத்துரதிர்ஷ்ட நிலையை எண்ணி அழாமல் என்ன செய்ய முடியும்?

ரதியும் அழத்தான் செய்தாள். அவள் அழகின் தேவி, காதலியின் லட்சிய நெவு, என்றாலும் அவள் பெண்! அன்பனைப் பிரிந்த ஏக்கம் அவள் இதயத்தைச் சுட்டது. அவளுக்கு நேர்ந்தது எவ்வித துர்ப்பாக்கிய நிலைமை! அவள் அழுதாள்.

'பிரியே!'

'ஊங்' கொட்டும் எழுச்சி கூட அவளுக்கு ஏற்படவில்லை.

'தேவி, எவ்வளவு நேரம் தான் இப்படி அழுது கொண்டிருப்பாய்?'

அவள் தன் வேதனையை அடக்க முடியாமல் விசும்பினாள். 'அழுது அழுது துயரத் தீயால் கருகும் வரை, சோகம் என்னையே தின்றுவிடும் வரை, நானும் தங்களைப் போல் ஆவியாக அருவமாகத் தேயும் வரை..'

அதற்குமேல் அவளால் பேச முடியவில்லை. தோல்வியின் நினைவும் சோகத்தின் பொறுமலும் கலந்து வெளியிட்ட பெருமூச்சு தான் ஒலித்தது. அத்துடன் இணைத்தது மற்றோர் பிரிவுத் துயர் மூச்சு!

வைகுண்டக் காதல்

ராமகிருஷ்ணன் சிரித்தான். காரணம் இல்லாமல் இல்லை.'இந்தப் பெண்ணைக் கல்யாணம் செய்து கொள். பணக்கார இடம். பணம், குணம், அழகு எல்லாம் பொருந்தி சாக்ஷாத் லக்ஷ்மிதேவி போல இருக்கிறது பெண். பெயர்கூட லக்ஷ்மிதான். ஆகா, எவ்வளவு பொருத்தம்!' என்று சொல்ல உரிமை பெற்றவர்கள் சொன்னார்கள்.

பணத்தோடு பெண்-தானாக வரும் லஷ்மியைத் தள்ளாதே. கல்யாணம் செய்து கொண்டால் வைகுண்டத்தின் இன்பம் பூலோகத்திலேயே கிடைக்கும்' என்றார்கள். இத்தகைய பேச்சுகள் அவனுக்குச் சிரிப்புதான் கொடுத்தன.

'ஹூம், லக்ஷ்மியாம்! வைகுண்டமாம்! இன்ப வாழ்வாம்! அங்கு படுகிறபாடு..யாருக்குத் தெரியும்!' என்று அவன் முணங்கினான். (அவனுக்கு மட்டும் தெரிந்து விட்டதா என்ன? அவன் ஞான திருஷ்டி பெற்ற ரிஷியா? இப்படி கேட்கத் தோன்றுகிறதல்லவா? சும்மா கேளுங்கள்! அதற்காக கதை நின்று விடாது.) அவனுக்கு மட்டும் சக்தி இருந்தால் பிரமாதமாகப் பேசுபவர்களையெல்லாம் 'வீண் பேச்சு ஏன், வைகுண்டத்தின் வண்டவாளத்தை இதோ நீங்களே பார்த்துக்கொள்ளுங்கள்' என்று காட்டி விடுவான். ஆனால், பாழும் சிருஷ்டி சக்தி அவனுக்கு வல்லமை கொடுக்க வில்லையே.

பேச்சுக்குப் பதிலாக அவன் காட்டத் துடித்த காட்சிதான் என்ன?

வைகுண்டத்தில் நாராயண மூர்த்தியின் மாளிகை காத்தற் கடவுளான ஸ்ரீமந் நாராயணர் ஆடம்பரப் பிரியர், டாம்பீக மூர்த்தி என்பதைப் பொன்முலாம் பூசி சூரியன் ஒளியில் தக தகக்கும், அந்தக் கட்டிடம் ஒளி வீசிக் கொண்டிருந்தது. அதிலும் லக்ஷ்மியின் வாசஸ்தலம் – அப்பப்பா – கண்கூசச் செய்யும்படி பெருக்குடன் விளங்கியது.

தனது கடமையைக் கவனிக்கும்படி காரியதரிசியிடம் சொல்லிவிட்டுத் துளசிமணி மாலை மார்பிலே புரள, பீதாம்பரம் மென் மூச்செறிய, சங்கு சக்ர கமல தண்டம் சகிதமாக, பெருமித நடை நடந்து வந்தார் நீலமேக சியாமள வர்ணரான காத்தற் கடவுள். மாலை வெயிலின் மஞ்சள் ஒளி அவர் அணிந்திருந்த தங்க நகைகள், பீதக ஆடைமே லெல்லாம் பட்டு அற்புதமாக மின்னியது. தன்னைக் கண்டாலே அனைவரும் மயங்கி விடுவார்கள் என்ற கர்வத்துடன் வந்தார் அவர்.

அவரைக் கண்டதும் தான் மாளிகைக் கதவு அடைக்கப் பட்டதோ? இவ்வளவு நேரமும் அடையா நெடுங் கதவாய் விளங்கிய வாசல் சடக்கென மூடுவானேன்? நாராயணர் திகைத்துப் போனார். அன்பை உருக்கி மென் குரலாக்கி ‘பிரியே கதவைத் திற’ என்றார். மௌனம் தான் நிலவியது. மீண்டும் கெஞ்சவும் ‘கண்டு மயங்குபவர்களைத் தேடிச் செல்வது தானே’ என்ற சீறல் மொழி கிடைத்தது.

லஷ்மிதேவி தான் பேசினாள். லக்ஷ்மிக்கு, தான் செல்வத்தின் அதிதேவதை என்ற அகந்தை உண்டு. மண்ணில் நெளியும் ஜந்துக்களை அகம்பாவ

மனிதர்களாக்குவதும், வெறும் பிணங்களாக்குவதும், நடைபிணங்களாக வாழ வைப்பதும் தனது கருணாகடாட்சம் தான்; காத்தற் கடவுள் என்று பெயர் பெற்ற அலங்கார பொம்மையால் அல்ல என்ற கர்வம். மேலும் ஸ்ரீமத் நாராயண மூர்த்தியைப் பற்றிய கதைகள் அவளுக்கு மகிழ்வு அளிக்கவில்லை. ஒவ்வோர் அவதாரத்திலும் நிகழ்த்திய நாடகங்களை எண்ணும்போது அவள் மனம் துடியாமல் என்ன செய்யும்? சமயம் வரட்டும் அவருக்குச் சரியானபடி போதிக்க என்று காத்திருந்தாள்.

காலம் வந்தது. கதவும் சாத்தப் பட்டது! நாராயணர் முதல் முறை கெஞ்சினார். (காமி சத்யபாமா கதவைத் திறவாய் என்று பாடியதாகவும் கேள்வி) ஆனால், அடிக்கடி இந்த சம்பவம் நடக்க ஆரம்பித்தால் அவர்பாடு எப்படி இருக்கும்!

அவளுக்குப் பட்டுப் புடவை, நகை முதலியன வாங்கிக் கொடாமல் கணவன் உரிமையை நிலைநிறுத்தலாம். ஆனால், லக்ஷ்மி வசமிருந்த பணத்தால் உலகத்தையே வாங்கி விடலாம் என்பது அவருக்குத் தெரியும். அது மட்டுமல்ல. அவரது தேவைகளைப் பூர்த்தி செய்ய அந்தப்புரத்தின் தயவையே எதிர்பார்க்க வேண்டியிருந்தது. அவருக்கு ஒன்றும் புரியவில்லை. கவலையால் அடிக்கடி தலையில் கை வைத்து, பிரமாத யோசனையுடன் படுத்திருப்பார். (இதைத்தான் பள்ளிக்கொண்டது. அனந்த சயனம் என்று பலர் சொல்கிறார்கள்.) வழிதான் பிறக்காது.

இந்த ஊடல் நாடகத்திற்கு ஏதாவது முடிவு காண வேண்டும். போனால் போகிறது. சமாதான ஒப்பந்தம்

ஒன்று செய்து கொள்ளலாம் என்ற நினைவுடன் தான் வந்தார் திருமால். அன்று கூட கதவு அடைக்கப் பட்டது.

வெளியே நின்று யோசித்துக் கொண்டிருந்தார். 'தட்டுங்கள் திறக்கப்படும்' என்பது வெறும் வாக்கு தான் என்றாலும் நிரந்தரமான, பொதுவான உண்மை தானே. அதில் நம்பிக்கை வைத்திருந்து தட்டிக் கொண்டே நின்றார். சிறிது நேரத்திற்குப் பிறகு கதவு திறந்தது. பெருமாள் அசட்டுச் சிரிப்புடன் உள்ளே போனார். ' லஷ்மி உனக்கே இது நன்றாயிருக்கிறதா!" என்று விநயமாகக் கேட்டார்.

லக்ஷ்மி ஆத்திரமாக முகத்தைத் திருப்பிக் கொண்டாள். அவளைத் திருப்தி செய்வது எப்படி என்று தெரியாமல் திணறிய மூர்த்தி, மெதுவாக சமாதானத்தைப் பற்றி பிரஸ்தாபித்தார். கவனித்தால் அல்லவா விளக்கலாம்! அவளோ உம் மென்று இருந்தாள்.

'சே, இது தான் இந்தப் பெண்களிடம்! பணமும் கூடி விட்டால்..' என்று முணங்கினார்.

லக்ஷ்மி சீறினாள் 'பணம் இருந்தால் என்னவாம்?' என்று. அவர் மௌனமானார். அவருக்குத் திடீரென ஒரு விஷயம் புலனாகி விட்டது. 'தேவி, இந்த விளையாட்டு அடிக்கடி எதற்கு! வழக்கம் போல்...'

அவர் பேச்சை முடிக்க வில்லை. அவள் திகைப்படைந்தாள். 'விளையாட்டா! விளையாட்டு என்றா...'

‘ஆமாம், தேவி! இந்த விளையாட்டு ஒரு முறை இரு முறை சந்தோஷமளிக்கும். அடிக்கடி ஏன்? வேண்டு மானால் ஒன்று செய்து விடலாம்’.

‘என்ன?’

‘பூலோகத்தில் மனிதர்கள் திருவிழா அது இது என்று நடத்துகிறார்கள் அல்லவா? அப்பொழுது இந்த விளையாட்டையும் திருவிழாவாக்கிடும்படி அவர்களுக்கு அருள் செய்து விடலாம்’.

ஸ்ரீதேவிக்கு என்ன சொல்வது என்றே விளங்கவில்லை. நாரணன் முகத்தில் பதித்த விழிக் கமலங்களை மீட்டு வாங்கும் உணர்ச்சியும் மறந்து, அப்படியே நிலைத்த பார்வையுடன் அமர்ந்து விட்டாள்.

‘இன்னும் வேடிக்கை செய்யலாம். நமது லீலா வினோதங்களைத் தமிழ் நாட்டு சினிமா உலகில் கொட்டி விடலாம். சினிமா கதாசிரியர்கள், படம் பிடிப்போர் நம்மைப் பற்றி இஷ்டம் போல் நாடகம் ஆடுவதற்கு ஞானம் அருள்வோமாக. இதோ தந்தோம் வரம்!’ என்று வரத்தை வீசி எறிந்தார் பகவான்.

‘ஸ்வாமி’ என்றாள் தேவி.

‘பிரியே, நாம் இனி குடியும் குடித்தனமாக வாழ்வோம்’ என்று சொல்லி காதல் நோக்குப் பரிமாறினார் விஷ்ணு.

‘அப்படியானால் எனது சக்தி, செல்வம் அளிப்பது...’

‘எல்லாம் நம்மை உபாசிப்பவர்களுக்கே – அவர்கள் தான் சினிமா முதலாளிகள் – போய்ச் சேரும். கவலைப்படாதே’ என்று திருவாய் மலர்ந் தருளினார் பகவான். தேவி மூர்ச்சையாகி விழுந்தாள்.

பூலோகவாசியான ராமகிருஷ்ணன் சிரித்தான். ‘லக்ஷ்மியாம் வைகுண்டமாம்! நாரணனும் சீதேவியும் வாழும் வகை தெரியாமல் திணரும் போது மனிதர்கள் ஏன் கஷ்டப்பட மாட்டார்கள்? காதலாவது, கல்யாணமாவது! சினிமாவுக்குப் போ தம்பி!’ என்று மேலும் மேலும் சிரித்தான்.

‘ஏலே என்னடா ஐயா. நீயா சிருச்சிக்கிட்டிருக்கே? என்னத்தைக் கண்டுட்டே இப்படிச் சிரிக்க’ என்று கேட்டுக் கொண்டே வந்தார் அவன் தந்தை.

பையனின் ‘ஞான திருஷ்டி’ சூன்யமாகி விட, அவன் மக்கு போல மாறி ‘ஹி ஹி’ என்று அசட்டுத்தனமாகச் சிரித்தான்.

வாழ்க்கையில்

காதல், காதல் என்று அளக்கிறார்களே அதில் எனக்குச் சிறிதும் நம்பிக்கை கிடையாது. உண்மையில் காதல் கதைகளிலும், சினிமாத் திரையிலும், நாடக மேடையிலும் அடிபடுகிறதே தவிர, வாழ்க்கையில் மருந்துக்குக் கூட கிடையாது என்பது தான் எனது அபிப்பிராயம். காதல் பித்துப் பிடித்தலையும் லைலியும் மஜ்னூனும், காதலுக்குப் பலியான அனார்க்கலியும், காதலுக்காகவே உயிரைத் தியாகம் செய்த கார்னேயும் இலக்கியத்தின் அழியாத சிருஷ்டிகள் தான். ஆனால், இன்றைய வாழ்க்கையிலே அவர்களின் சாயைகளையாவது காண முடியுமோ? ஒரு கதாசிரியர் சொன்னாரே ‘தேக இச்சை பூர்த்தியாகாத மனதின் போதையே காதல். காதலாவது! வெறும் காமம் தான் உலாவுகிறது’ என்று. அதை எழுத்துக்கு எழுத்து ஆமோதிப்பவன் நான். என்றாலும், எனக்கு ஆழ்வாரப்ப பிள்ளையின் வாழ்க்கைப் புராணம் புதிதாகத்தான் இருக்கிறது.

நான் சுவையான காதல் கதை சொல்லப் போகிறேன் என்று எதிர்பார்க்கும் நீங்கள் ஆழ்வாரப்ப பிள்ளையின் வயது எழுபதுக்குப் பக்கத்திலிருக்கும் என்று சொன்னதும் ஏமாறப் போகிறீர்கள். அவரது அருமை மனைவி நாச்சியாரம்மாளுக்கும் அறுபத்து ஐந்து வயதிற்குக் குறைவில்லை என்றதும் அலுத்துக் கொள்வீர்கள். தர்க்க சாஸ்திரியாகவோ ‘தத்துவ ஞானியாகவோ இருந்தால்’ காதல் ஜீவநதி. ‘காதலுக்குக் கண்ணில்லை, காதல் தெய்வீகமானது. காதல் வயதையோ, ஜாதியையோ பார்ப்பதில்லை’ என்று

அளக்க முன் வரலாம். ஆனால், ஆழ்வாரப்ப பிள்ளையின் வாழ்க்கை ஏட்டில் காதல் சரடு புரளவில்லை.

முதலிலேயே நான் சொல்லி விடுகிறேன். ஸ்ரீமதி ஆழ்வாரப்ப பிள்ளை 'கண்டதும் காதல் கொண்டாள்' என்ற பண்பாட்டிலே விளைந்த வாழ்க்கைத் துணைவி அல்ல. அல்லது 'அஞ்சும் மூணும் எட்டு; அத்தை மகளை கட்டு' என்று பால்யம் முதலே பரிகசித்து விளையாடி மாலையிட்ட அத்தை மகளும் அல்ல. ஏதோ ஒரு ஊரில் இருந்த ஆழ்வாரப்பருக்கும் எங்கோ ஒரு மூலையின் பட்டிக்காட்டிலிருந்த நாச்சியாரம்மைக்கும், சுபயோக சுபதினத்தில் சர்வமும் கூடிய முகூர்த்த வேளையில் பெரியோர்கள் நிச்சயித்தபடி நிகழ்ந்த திருமணம் தான்.

போகிறது. கல்யாணம் நிகழ்ந்ததும் தெய்வீகமான காதல் பிறந்து விட்டது என்று சொல்லலாம் என்றாலோ, அவர்களது ஆரம்ப இல் வாழ்க்கை கற்கண்டு இன்பம் பயப்பதாகவோ, மைனாக் குஞ்சுகளின் பஞ்சு மெத்தைக் கூண்டின் சுகவாழ்வு போலவோ இருந்ததில்லை. சாதாரணமாக இருந்து பின் கீரியும், பாம்பும் என்பார்களே அந்த நிலைக்கு வளர்ந்து, முடிவில்... அவர்கள் விஷயத்தில் அது தான் சுவையான கதை!

இப்பொழுது அவ் விருவரையும் கவனிப்பவர்கள் 'கிழடானவர்கள் இப்படி இருக்கிறார்களே! அந்தக் காலத்தில் எவ்விதம் இருந்திருக்க மாட்டார்கள்!' என எண்ணலாம். ஆனால் அவர்களை அறிந்த அடுத்த வீட்டுக்காரர்கள் 'ஆச்சர்யம்டி யம்மா! முன்னாலே இருந்ததற்கும் இப்போ அவர்கள் வாழ்வதற்கும்!' என்று அர்த்தம் நிறைந்த சிரிப்பு உதிர்க்கும்போது யோசிக்க வேண்டிய தாகும்.

ஏன்! நாச்சியாரம்மாளே அடிக்கடி சொல்வாள்; 'எனக்கு கல்யாணமான புதிதில், அப்பப்பா! இவுகளை நினைச்சாலே பயமாயிருக்கும். ஒரு சமயம் வாய் தவறி சின்னத் திருநெல்வேலி (திருநெல்வேலி ஜில்லாவில் உள்ள ஆழ்வார் திரு நகரி பேச்சு வழக்கில் ஆழ்வார் திருநெல்வேலியாகி விட்டது. ஆழ்வார் என்ற பெயரை உச்சரிக்கக் கூடாது என்ற சம்பிரதாயக் கட்டுப்பாட்டுக்கு உட்பட்டவர்கள் அதைச் சின்னத் திருநெல்வேலி என்று சொல்வது வழக்கம்) பெயரை சொல்லி விட்டேன். இவுக பேரு அது என்பது முதலில் எனக்கு ஞாபகமில்லை. அதைக் கேட்டதும் 'என்னது இன்னொரு தடவை சொல்லு!' என்று உருட்டி முழிச்சார்களே பார்க்கணும். எனக்கானால் நடுக்கம். பேசாமே உள்ளே போயிட்டேன்! இந்த ரீதியில் சரித்திரப் பெருமை பெற்ற நிகழ்ச்சிகளை அவள் இன்று பூரிப்புடன் சொல்வதுண்டு. அவை நடந்த காலத்தில் அவள் மகிழ்ந்திருக்க முடியாது தான்!

பழைய சமூகச் சுவட்டிலேயே வாழ்க்கைப் பயணத்தை தொடங்கினார்கள் அவர்கள். யாரும் பொறாமை கொள்ளக் கூடியபடி அவர்களது தினசரி வாழ்வு வளரவில்லை. சர்வ சாதாரணமான குடும்பமாக ஊருடன் ஒத்து 'நாலு பேரை போல நாமும்' என்ற மனோபாவத்திலேயே வாழ்ந்தனர். இதில் வியப்பு ஒன்று மில்லை தான். நான் புதிர் என்று சொல்ல வந்தது இன்றைய வாழ்க்கையை.

வாழ்வில் அடிபட்டு, காலத்தின் முத்திரைகளையும், அனுபவத்தின் கீறல்களையும் முகத்திலும் உடலிலும் ஏற்றுத் தளர்வு எய்தி விட்டனர் இருவரும். அந் நிலையில்

அவர்கள் உள்ளத்தில் பின்னிக் கிடக்கும் அன்பின் தன்மை புனிதமானது ; பிரமிப்புத் தருவது.

பெண் என்றால் என்னவோ என ஏங்கும் வாலிபத்தில், மனைவி என்றால் புதுமை என வாழ்வில் இறங்கும் போது தனி மோகம் இருப்பது இயல்புதான். காலப் போக்கில் மனைவி பழகிய 'பொருள்' என்றாகி சில்லறைச் சச்சரவுகள் எழுந்து வாழ்வு தொல்லையாகத் தோன்றி, பின் அவள் தனது வாழ்வில் ஒன்றி விட்ட அங்கம் என்ற அசிரத்தை ஏற்படும்போது, இல்லறம் மேடு பள்ளங்களைச் சமாளித்துச் செல்கிறது. அப்பொழு தெல்லாம் அவருக்கு அவள் மீது அளவற்ற அன்பு எழுந்து வெளியாகி யிருந்தால், சரீர இச்சை என்று கூறி விடலாம். ஆனால், அந்தக் கிழத் தம்பதிகளின் போக்கு அப்படி இல்லையே!

திடீரென்று ஆழ்வாரப்ப பிள்ளை படுக்கையில் விழுந்தார். கை கால்களை அசைக்க முடியாதபடி அசாத்திய வலி. அந்தக் கீட்டையைப் பற்றிய நோய் அவரைக் காட்டிலே கொண்டு வைத்து விட்டுத்தான் போகுமோ என்னவொ' என்று பலரும் நினைத்தார்கள். 'அந்த ஒரு மாதமும் நாச்சியாரம்மாளின் வாழ்க்கை .. ! அவளைக் கவனித்தவர்கள், அவள் ஊணு மின்றி உறக்கமும் இன்றி இயந்திரம் போல் சுழன்று, அவருக்கு சிச்ரூஷை செய்ததைப் பார்த்தவர்கள். 'இந்த வயசிலே இவளுக்கு இவ்வளவு பலம் எங்கிருந்து வந்தது!' என வியந்தார்கள். அது போல் உழைப்பது பெண்ணின் கடமை என ' உடம்பிலே பிடியாமல் ' சொல்கிறவர்கள் பின்னர் நடந்ததை அறிந்தால் என்ன புலம்புவார்களோ!

அவர் சுகம் எய்தினார். ஆனால், சில மாதங்களிலே அவளை வியாதி பற்றிக் கொண்டது. ஓய்வற்ற உழைப்பு அந்த வயதில் அவளுக்கு ஊக்கமா அளிக்கும். அவளை ஆஸ்பத்திரியில் படுக்க வைத்து மருந்து கொடுக்க வேண்டியது அவசியமாயிற்று. அவள் எடுத்துச் செல்லப் பட்டாள். அந்தப் பிரிவு அவரை எப்படிப் பாதித்து விட்டது!

முதல் தினம் மௌனமாகத் தாங்கிக் கொண்டார். பின் ஒவ்வொரு நாளும் அவள் நினைவால் பித்துப் பிடித்தது போல் அமர்ந்து விடுவார், கோடியில் ஊசலாடும் புடவை. அவள் உபயோகித்த பாத்திரம் முதலியன அவர் உள்ளத்தைத் தொட்டுப் பல நினைவுகளை எழுப்பின. அவரது கண்களில் ஊறும் நீரே இதைச் சொல்லி விடும். அடிக்கடி பெருமூச்சு விட்டுக் கொண்டு 'ஊம்... அவளுக்கு இது வர வேண்டாம்! அவள் குணத்துக்கும் உழைப்புக்கும்...' என்று ஒப்பாரி வைக்கத் தொடங்கி விடுவார்; அவ்வேளைகளில் அவரைப் பார்த்தால் பரிதாபமாயிருக்கும். 'அவள் என்ன இறந்தா போனாள்? வீணாக இவர் மனதை அலட்டிக் கொள்கிறாரே' என்ற இரக்கம் தோன்றும்.

உண்மையில் அவள் செத்துப் போனால் அந்தத் துயரமே அவரை உருக்கிக் கொன்றிருக்கும்! அவ்வளவு தூரம் உள்ளத்தில் பதிந்து விட்டது அன்பு, சர்வ சாதாரணமான ஒரு பொருள், கவனத்தைக் கவராத ஓர் அங்கம், கெட்டு விட்டால் அதன் மதிப்பு, அதன் இன்றியமையாத் தன்மை வெகுவாகப் புலனாகும். தன் மனைவியும் அவ்விதமே என்பதை ஆழ்வாரப்ப பிள்ளை நன்றாக உணர்ந்தார். சில சமயங்களில் ஆஸ்பத்திரிக் கட்டில் அருகில் அமர்ந்து

மோன முச்செறிந்தார். அவரது உள்ளத்தின் சூட்டை எந்தக் கருவி அளக்க முடியும்!

அன்றும் அவர் தமது இளம் பருவ இன்பச் சம்பவம் எதையோ எண்ணுவதில் தான் மூழ்கியிருந்திருக்க வேண்டும்! ஆஸ்பத்திரியிலிருந்து அவளை அழைத்து வந்தார்கள். வண்டியிலிருந்து இறக்கி கைத்தாங்கலாக மெதுவாய் வீட்டிற்குள் கூட்டி வந்தனர் இரு பெண்கள். திடீரென்று ஏறெடுத்து பார்த்தார் அவர். அவர் உள்ளத்திலே பால் வார்த்ததுபோல் குளுமை பிறந்தது போலும்! அதன் சாயை முகத்திலே படர 'நாச்சியாரு...' என்று கூப்பிட்டார். அக்குரலிலே நெளிந்த குழைவு... அதில் கனிந்த அன்பு! முதல் நாளில் சந்திக்கும் இளங் காதலர்களிடையே கூட அவ்வளவு மலர்ச்சி பிறந்திராது.

அப்பொழுதும், அதன் பிறகும் அவர்களைப் பார்க்கிறவர்கள் மனதிலே இந்தக் கேள்வி எழாமல் போகாது-'இந்த அன்பின் அடிப்படை என்ன? இதைக் காதல் என்று சொல்லலாமா? காலையில் அரும்பி பகல் எல்லாம் போதாகி மாலையில் மலரும் நோய்' இல்லைவே இது!' இதற்கு விடை எனக்குத் தெரியாது. வாழ்க்கையில் ஓர் புதிர் இது!

புனர் மரணம்!

மூக்க பிள்ளை செத்துப் போனார்.

அப்படித்தான் நினைத்தார்கள் எல்லோரும். 'ஹூம் அவ்வளவு தான்!' என்று சொல்வதற்குப் பதிலாக 'அப்பாடா, ஒரு மட்டுக் கிழம் உயிரை விட்டது' என்று முணுமுணுத்தார்கள் கூடியிருந்தவர்கள்.
பார்க்கப் போனால் மூக்க பிள்ளை பொல்லாதவர் அல்ல. சர்வாதிகாரியோ, வல்லாளகண்டனோ அல்ல, சர்வ சாதாரண மனிதர். அறுபது வயதுக்கு மேலாகி, தேகத்து எலும்புகள் எல்லாம் தோலைக் கிழித்து வெளிப் பாய்வது போல் தோன்ற, தேக சாஸ்திர மாணவனது ஆராய்ச்சிக்கு ஏற்ற உலவும் எலும்புக் கூடாக விளங்கிய அவர் யாருக்கும் துன்பம் நினைக்காதவர். நினைத்தாலும் செய்யத் திராணி இல்லாதவர்.

அவர் செய்த ஒரே ஒரு தவறு எல்லோரையும் ஏமாற்றி வந்ததே. எதிர்பார்த்தவர்கள் வைத்தியர்கள், ஜோதிடப் புலிகள் முதலியவைகளுக் கெல்லாம் 'டிமிக்கி' கொடுத்து விட்டு அவர் சாகாமலே கிடந்தது தான் அவர் செய்த செயல்.

மாதக் கணக்காக படுக்கையில் விழுந்து கிடந்த அவர் 'இப்பொ செத்து போவார். இந்த அமாவாசையன்று நிச்சயமாக குளோஸ்... இன்று ராத்திரி பொழுது கழியணும்' என்று சொல்லப்பட்ட வாய்தாகளுக்கெல்லாம் சீட்டுக் கொடுத்துவிட்டு தான்மட்டும் எலும்புக் கூடாகக் கிடந்தார்.

அவர் சாவதினாலோ, இருப்பதினாலோ யாருக்கும் லாபம் ஏற்பட்டுவிடப் போவதில்லை. ஆனால் சாகாமல் செத்துக்கொண்டிருந்தது தான் இருப்பவர்களுக்குத் தொல்லை கொடுத்தது.

மூக்க பிள்ளையின் மூத்த மகன் பொன்னையாவுக்கு 'சனியன் சட்டுபிட்டுனு ரெண்டிலே ஒண்ணு ஆச்சுன்னு இல்லையே' என்ற துடிப்பு. அவன் சொல்வதுண்டு: பாருங்க இப்படி இழுத்துக்கிட்டு கிடப்பதினாலே எதையும் செய்ய ஓடுவதில்லை, ஒரு வகையிலும் நம்புவதற்கில்லை அல்லவா? சாகிறதுன்னா சீக்கிரம் செத்துப்போகணும், இல்லை, எழுந்து நடமாட வேணும், அதுவுமில்லாமல் இதுவு மில்லாமல்..

அவனுக்குத் தெரியாதா என்ன, இருப்பதும் இறப்பதும் மூக்க பிள்ளை-அவருக்கு மட்டும் என்ன! எந்த மனிதன் கையிலுமே இல்லை என்று. ஆனால், ரொம்ப காலமாக அவர் படுத்த படுக்கையாகி விட்டதும் 'இந்தா அந்தா' என்று இழுத்துக்கொண்டிருப்பதும் அலுப்பு ஏற்படச் செய்து விட்டது. வீண் செலவு, பிரயாசை. தொழில் முடக்கம், பணமுடை இன்னும் எவ்வளவோ காரணங்கள்! காரணத்துக்கா குறை!

பொன்னையாவின் மனைவி அகிலாண்டத்தைக் கேட்டால் வேண்டிய மட்டும் அடுக்குவாள். 'இந்த கிழடாலே வீண் சங்கடம். வேறு எழவு எதையும் கவனிக்க முடிவதில்லை' என்று ஆரம்பித்தால் – எழவு என்பதன் மூலம் ஊரில் நிகழும் சாவுகளைக் குறிப்பிடவில்லை அவள்; சம்பிரதாயமான காரியங்களைத் தான் அந்த பாஷையால் சுட்டுகிறாள் ! விடிந்தால் பொழுது போனால் மூக்க பிள்ளைக்கு செய்ய

வேண்டிய சிச்ருஷைகள் அது இது என்று பொரிந்து தள்ளி ஒரு பெரு மூச்சுடன் தான் முற்றுப் புள்ளி வைப்பாள்,

ஸ்ரீமதி மூக்க பிள்ளை என அழைக்கப்பட வேண்டிய சண்முகத்தம்மாளின் அபிப்பிராயம் என்னவாக இருக்க முடியும் இந்த நிலையிலே என்பது புரிந்து கொள்ள இயலாத விஷயம். காரணம் அவள் அதிர்ஷ்ட வசமாக மஞ்சளும் குங்குமமும்,பூவையும் சேர்த்துத்தான் – இழக்க விரும்பாமல் மூக்க பிள்ளைக்கு முந்திக் கொண்டாள், இரண்டு வருஷங்களுக்கு முன்பே. அவள் இருந்தால் மட்டுமென்ன. அவள் கருத்தும் – 'மேற்படி மேற்படி'யாகத் தான் இருக்குமே தவிர, வேறென்ன சிறப்பு பெற்றுவிடப் போகிறது. மனித ஜந்துக்களில் எல்லாமே ஆராய்ப் போனால், ஒரே ரகம்தான்!

மூக்க பிள்ளை எப்பொழுது சாவார் என்று அவர் பேரன் மூக்கப் பயல்கூட எதிர்பார்த்துக் கொண்டிருந்தான் என்றால் பிறகு என்னத்தைச் சொல்லக் கிடக்கிறது! ஆனால், அவன் விஷயம் வேறு. அவனை எதிர் பார்க்கும்படி தூண்டியதே செத்துக் கொண்டிருந்த மூக்க பிள்ளை தான்.

அவர் காதுகளில் சிவப்புக் கல் கடுக்கன்கள் மங்கலாக மினுங்கின. அவை மீது பயலுக்கு ஒரு கண். 'தாத்தா, இந்தக் கடுக்கனை எனக்குத் தரமாட்டியா?' என்று கெஞ்சுவான் அடிக்கடி. அவனுக்கு வரும் பதில் – 'நான் செத்த பிறகு உனக்குத் தான்டா' என்பது தான். ஆகவே, அவன் எதிர்பார்த்தது குற்றமில்லையே!

இதனால் எல்லாம் மூக்க பிள்ளை செத்துப் போனார் என்றறிந்ததும் விடுதலை மூச்சு பிறந்தது அந்தக் குடும்பத்திலே. குடும்பத்தின் பாரமாகக்கிடந்த கிழடு ஒருவகையாகத் தனது கணக்கை முடித்துக் கொண்டதே போதாதா? அதற்காக சிரித்துப் பேச முடியுமா? என்ன இருந்தாலும் சம்பிரதாயங்கள் என்று சில இருக்கின்றனவே. ஆதலால் ஓவென்ற கூச்சலும் ஒப்பாரியும் எழுந்தன, காலத்தின் அமைதியைக் கலைத்த வண்ணம்.

அப்பொழுது இரவு ஓயவில்லை. காலை மணி நாலு, நாலரை இருக்கலாம். இரவின் நெடு நேரம்வரை தூக்கமில்லாமலும், வேண்டு மென்றும் விழித்திருந்து களைத்துப் போனவர்களெல்லோரும் அசந்து துயிலும் வேளை. வைகறைக் குளிர் காற்று மட்டும், சாந்தியற்றவனின் மூச்சுப் போல, அடிக்கடி எழுந்தும் அமுங்கியும் சுழன்று கொண்டிருந்தது. அத்துடன் திடீரென்று கிளம்பிய ஓலம் அண்டை அயல் வீட்டில் உள்ளவர்கள் நெளிந்து புரள வைத்தது. 'ஒரு வகையாக கிழவன் போயிட்டான் போலிருக்கு' என்ற நினைப்பையும் உண்டாக்கியது.

மூக்க பிள்ளை வீட்டில் ஒவ்வொருவரும் முகத்தில் துயரத்தைப் பூசிக் கொண்டு 'உம்' மென்று இருந்தனர். 'ஊங், ஊங். ஆகவேண்டிய காரியத்தைப் பாருங்க. பொன்னையா, குருக்கள் ஐயாவுக்குச் சொல்லியனுப்பு. அப்படியே அம்பட்டனையும் கூட்டி வரச்சொல்லு' என்று ஒரு அனுபவஸ்தர் கெடு பிடியில் இறங்கினார். வீட்டுக்குள்ளே தம் திம் மென்று தலையில் அறைவதும், தரையிலே முட்டுவதுமாக, ஒப்பாரி வைத்து தங்களால்

ஆகவேண்டிய காரியத்தை ஒழுங்காக நிர்வகித்துக் கொண்டிருந்தார்கள்.

காலம் ஊர்ந்தது. சட்டென்று ஒப்பாரி நின்றது. கிழவன் சாகவில்லை என்ற விஷயம் அம்பலத்துக்கு வந்தது, *'என்ன!'* என்ற திகைப்பைக் கிளறிய வண்ணம்.

'ஆமா.. அவரு சாகலை. இப்போ இருமினாரே, லேசாக மூச்சுகூட வருது' என்று சொல்லப்பட்டது. பார்த்ததும் அது உண்மையாகத்தான் இருந்தது.

'முட்டாள் தனம்! முதலிலேயே சரியாகப் பார்த்திருக்க வேண்டாமா?'

'பாராமல்? அப்ப மூச்சே வரலியே.'

'நூல் போல வந்து கொண்டு தான் இருந்திருக்கும். உங்களுக்குத் தெரிந்திராது.'

'தண்ணீரை வாயில் ஊற்றினோம். கீழே வழிந்ததே தவிர உதடு நாக்கு ஒண்ணும் அசைய வில்லை என்றால்!'

''கொஞ்சம் பொறுத்திருக்கலாம். மடத்தனம்.'

இப்படிப் பேச்சு உலவியது.

குருக்களையா வந்து சேர்ந்தார். விஷயம் தெரிந்ததும் *'வலுக் கிழவன்! எமனுக்கே கடுக்காய் கொடுக்கிற பேர்வழி தான்'* என்றார்.

‘நல்ல வேளையாக அம்பட்டன் சங்கை முழக்கிக் கொண்டு வந்து சேராமல் இருந்தானே! அது வேறு மானக்கேடு. எதையும் கவனித்துச் செய்ய வேணும்’ என்று பொன்னையா முணங்கினான்.

‘என்னவோ, கடந்தது நடந்து விட்டது. விட்டுத் தள்ளு. இனிமேல் நடக்க வேண்டியதை யோசிப்போம்’ என்றார் அனுபவஸ்தர்.

வழக்கம்போல் பொழுது விடிந்தது. மூக்க பிள்ளை குடும்பத்தினர் முகத்தில் மட்டும் இருள் வழிந்துகொண்டிருந்தது, தங்கள் அசட்டுத் தனத்தால் எழுந்த களையின் சாயை வேறு.

மூக்கபிள்ளை இருமல் மூலம் தான் வாழ்வதை ஒலி பரப்பினதுடன் நிற்கவில்லை. தமது தாகத்தையும் அறிவித்தார். தண்ணீர் கொடுக்கப்பட்டது. அதில்லாமல் அந்நிலையில் அவருக்குப் பாலா ஊற்றப் போகிறார்கள்!

இந்தச் சுவை யற்ற வாழ்வில் அவருக்கே அலுப்புத் தட்டி விட்டதோ என்னவோ. மூக்க பிள்ளை முடிவாக மூச்சை விட்டார், மறுபடியும் அவர் செத்தார் என்ற பேச்சுப் பிறந்தது. ஆனால், அதை நம்ப முடியாமல் தவித்தனர் மற்றவர்கள்!

காலம் சுமையாக அசைவது போல் தோன்றியது அவர்களுக்கு, மௌனமாக காத்திருந்தார்கள். மணிக் கணக்காக இருந்து பார்த்தார்கள். விழிகள் உள்ளே சொருகி, உதடுகள் பிரிந்து, மூக்க பிள்ளை கட்டையாகத்தான் கிடந்தார். ஆம், அவர் செத்தே போனார்.

மீண்டும் ஒப்பாரி எழுந்தது. அகிலாண்டம் மட்டும் ‘அழுகை என்ன வேண்டி கிடக்கு கெட்ட கேட்டுக்கு’ என்று முணகினாள். அத்துடன் நிறுத்தவில்லையே. தனியாகத் தனது தம்பியிடம் ‘ஆண்டாண்டு தோறும் அழுது புரண்டாலும் மாண்டார் வருவரோ!’ என்று தான் நாலாவது வகுப்பில் படித்த பாட்டை நினைவு மூட்டினாள். இந்த சமூகத்தில் விசித்திரமாக கெளியும் ஜந்துக்களில் அவளும் ஒருத்தி தானே!

குருக்கள் ஐயா வந்து சேர்ந்தார். ‘என்ன முடிந்து விட்டதா?” என்று கேட்டார். அவருக்கும் ஒரு துளி சந்தேகம். ஆனால், இந்த முறை ஏமாற்றம் இல்லை.

ஸ்ரீமான் மூக்க பிள்ளை உண்மையாகவே செத்துப் போனார்.

விதிவசம் என்ற பெயரால் வாழ்வில் ஒட்டியும் ஒட்டாமலும் ஊசலிட்ட அவர் உயிர் ஏட்டை நிச்சயமாக சந்தேகத்துக்கு இடமில்லாமல் கிழித்தாயிற்று.

அதை ஊர்ஜிதப்படுத்தி இரட்டைச் சங்கை நீட்டி முழங்கினான் அம்பட்டன்.

அபலையின் சாபம்

ஆங்கார முற்ற கண்ணகியின் அவதாரம் போல் தெருத் தெருவாகத் திரிந்தாள் அவள். உள்ள வேதனையும், கோபத்தின் குமுறலும் செக்கச் சிவந்த கண்களை அனலாக மின்னச் செய்தன. வயிற்றின் பசியும், தாய்ப் பாசமும், பழி வாங்கும் எண்ணமும் அவளை வெறி பிடித்த காளியாக்கி விட்டன. ‘அவன் விளங்குவானா! அவன் குடி விளங்குமா?’ என்று நெடு மூச்செறிந்தாள் அவள். அவள் அபலை.

அன்று காலைவரை அவள் மகிழ்வுடன் தானிருந்தாள். அவளுக்கு எவ்வித குறையும் இருக்க வில்லை, கணவன் இறந்து போனான் என்பதைத் தவிர. அந்தத் துயரைக் கூட காலம் தேய்த்து விட்டது. மைந்தரின் அன்பு, அவளுக்கு வாழ்வில் பெருமை கொடுத்தது. குல அந்தஸ்தும், கௌரவமும் அவளைத் தலை நிமிர்ந்து வாழ இடமளித்தன. ஆனால்....ஆனால்?

அவள் ராஜனின் மனைவி. அரசனின் தங்கை, என்றாலும் அவள் அநாதை. கொடுந் துயரில் மூழ்கி விட்ட, மூழ்கடிக்கப் பட்ட அபலை ‘தெய்வமே, உனக்கு கண்ணில்லையா அவனும் அவன் குடும்பமும், அவன் ஊரும் அடியோடு நாசமாகாதா?’ என்று வயிறெரியும் நிலை அவளுக்கு ஏற்பட்டது. முந்திய தினம் தன் மைந்தர் லக்கண்ணா, வீரண்ணா இருவருடன் அண்ணன் வீடு தேடி வந்த ஆனந்த முற்ற அவளுக்கு இந்நிலை விளையும் என யார் தான் சொல்ல முடியும்?

ஹோசால வம்சத்தில் வந்த நான்காவது வல்லாள ராஜன் ஆண்டகாலம் அது. அவளும் அதே பரம்பரையைச் சேர்ந்தவள் தான். ராஜனின் சகோதரி அவள். அப்பொழுது செஞ்சி ராஜனாயிருந்த வல்லப உடையாரை மணந்தவள் அவள். செஞ்சி நாட்டரசன் இறந்து போனான். அவள் தன் இரு மைந்தருடன் பிறந்தவள். அவளது வாழ்வின் முடிவு அங்கு காத்திருந்ததை அவள் கண்டாளா!

அவளது செல்வர்கள் லக்கணாவும் வீரண்ணாவும் ஆணழகர்கள். அவளைக் கண்ட ' ஆண்களும் பெண்மையை அவாவும் தொளினர்', கண் முன் பூத்த நிறை அழகைக் கண்டதும் அரசனின் மனைவி மனம் பேதலித்தது: மோகம் கொண்ட அந்த அந்தப்புர சுந்தரி அவர்கள் அன்பைப் பெற அணுகினாள். ஒவ்வொருவரிடமும் கெஞ்சியும் ஒருவரும் அதர்மத்தின் சுமையை ஏற்றுக் கொள்ள விரும்ப வில்லை. தனது ஆசை நிறைவேறாமல் போனது கண்ட அழகி பெண் புலியானாள்!

அரசனிடம் முறையிட்டாள். அவன் தங்கை மைந்தர் தன்னிடம் தகாத முறையில் நடந்தனர். தன்மானம் குலைத்தனர் எனப் பசப்பினாள். அவ் வஞ்சகியின் கபடத்தை உணரும் திறனற்ற வல்லாளன் சீறினான். தனது சாரை தாக்குண்டது கண்டெழுந்த நாகம் போல் வெகுண்டான். 'முறை தவறிய, ஒழுக்கம் கெட்ட, துரோகிகள் லக்கண்ணா வீரண்ணா இருவரையும் கழுத்தை இறுக்கிக் கொல்லுங்கள். அவ் விழிதகையோரின் பிணங்கள் இத்தலை நகரின் மணி வாசலை அலங்கரிக்கட்டும், மற்றோருக்கு எச்சரிக்கையாக' முழங்கினான்.

மன்னவன் ஆணைக்கு மறு பேச்சு ஏது? கண்ணிமைப்பில் விண்ணேகியது ஆணழகர்களின் ஆவி. அணிநகரின் ஆசார வாசலை அழகு செய்தன அழகுச் சடலங்கள்!

விஷயம் அறிந்த அன்னை வேதனையுற்றாள். உண்மை உரைக்கலாம் என்று அண்ணனை அணுகினாள், அழுதாள். ஆனால் வல்லாளனின் ஆத்திரம், தணியவில்லை. 'துரோகிகளின் தாய்க்கு என்ன பேச்சு வேண்டியிருக்கிறது? என் முகத்தில் விழியாதே. போ' என்று சீறினான்.

அவள் ' லக்குவும் வீரனும் இப்படி செய்யவே மாட்டார்கள். அவர்கள் செய்யவுமில்லை. எல்லாம் அந்தச் சண்டாளி, சூர்ப்பனகை, உன் மனைவி செய்தது' என்று ஓல மிட்டாள். அரசன் ஏன் கேட்கிறான்! மூர்க்கரின் கொள்கை முதலைப் பிடி அல்லவா.

அவன் கோபம் அவள் மேல் இடியாகப் பாய்ந்தது. அவளை வெளியே விரட்டினான். அவன் வெறி அத்துடன் தணிய வில்லை. அந்த ஊரில் யாரும் அவளுக்கு இருக்க இடமோ, உண்ண உணவோ, குடிக்க நீரோ கொடுக்கக் கூடாது. ராஜ உத்திரவை மீறினால் உயிருக்கு ஆபத்து எனப் பணித்தான் ஈரமற்ற அக் கொடுங்கோலன்.

அநியாயமாக வஞ்சிக்கப்பட்ட் அவள் வஞ்சனைக்குப் பலியான தன் மக்களின் உடலைக் காண நகர் வாசலை அடைந்தாள். அவற்றைக் கண்டதும் அவள் புழுங்கினாள். வெகுண்டாள். குமுறினாள், துயரத்தால் வெதும்பினாள். சந்திரமதி போல் புலம்பினவள் மறுகணம் கண்ணகியானாள். அவள் உள்ளத்தின் சூடு

‘அவனும் அவன் குலமும் விளங்குமா? அவன் நாசமாப் போக?’ என்ற சொற்களாகப் புகைந்தது.

அவள் எங்காவது போகலாம் எனக் கிளம்பினாள். பித்துப் பிடித்தவள் போல் தெருத் தெருவாக அலைந்தாள். மேலே பகலவனின் சூடு. கீழே, தெரு மணலின் சூடு காலைக் காய்ச்சியது. உள்ளத்தில் துயரச் சூடு, அத்துடன் பசி தீயாகக் கவ்வியது.

நா வரண்டது. யாராவது அன்னமிட மாட்டார்களா என ஏங்கினாள்.

திறந்திருந்த வீடுகளில் உள்ளவர்கள் இரங்கவில்லை. அடைத்திருந்த கதவுகளைத் தட்டினாள். கதவுகள் திறக்கப் பட்டன. எனினும், மனத்தின் தாழ் அகலவில்லை. அவள் நிலைக்குப் பச்சாதாபப் பட்டவர்களை ‘அரசன் ஆணை’ அச்சுறுத்தியது. அவன் தண்டனையை எண்ணி குலை நடுங்கினர் ஊரார்.

அவள் அரசனின் சகோதரி. ராஜாவின் மனைவி. ஆயினும் அநாதையாகி விட்டாள். சூட்டின் குழ்நிலையில் ஓர் எரிமலையாய்த் திரிந்த அவள் ‘எல்லோரும் நாசமாகட்டும். ஊரே சுடுகாடு ஆகட்டும்’ எனச் சுடு சொல் வீசி அனல் சூறையாய் சுழன்றாள்.

ஒரு தெருவின் மூலையை அடைந்ததும் ஒரு மரத்தடியில் சோர்ந்து போய் அமர்ந்து விட்டாள். அவள் அருகிருந்த வீட்டார் மனித இதயம் பெற்றவர்கள். தொழிலாளி குயவர்கள். அவர்கள் நிலைக்கு இரங்கினர். கஞ்சியும் நீரும் கொடுத்தனர். அவள் உள்ளம் குளிர்ந்தது. ‘நீங்கள்

சௌக்கியமாயிருங்கள்!' என்று நிறைந்த வயிருடன் வாழ்த்தினாள்.

'இந்த நகரமும், ராஜாவும், அவன் குடியும் மண்ணாய் போகும். ஆனால், மண்ணை நம்பி வயிறு வளர்க்கும் உத்தமர்கள் வாழும் இந்தத் தெரு செழிப்பா யிருக்கட்டும்' என்று நாவினால் சுட்டு – மண்ணை வாரி மும்முறை வீசிவிட்டு, தலைநகரிலிருந்து மறைந்தாள் அவள்.

அவள் உள்ளத் தீ அந் நகரையும், அரசையும் தீய்த்தது. அபலையின் சாபம் பலித்தது.

ஹோசால வம்சம் நாலாம் வல்லாள மன்னனுடன் இற்றது என்பது சரித்திரம். சாபத்தால் நாசமான தலைநகரில், அபலையின் வாக்கு பொய்க்காமல் குயவர் வீதி தப்பிப் பிழைத்து ஓங்கி வளர்கிறது என்பது பரம்பரைக் கதை.

(இந்தக் கதை, செஞ்சியின் கதையும் அதன் அரசர்கள் சரிதையும்' என்ற நூலில் கண்ட அடிக்குறிப்பின் அஸ்திவாரத்தில் எழுந்த கற்பனை.)

இந்த யுகத்திலே

அவள் பழமையைத் தகர்க்க வந்த, உரிமையைப் பறை சாற்றத் துணிந்த, புதுமைப் பெண். அவளது செயல் ஒவ்வொன்றும் அதையே நிரூபித்தது. அவளது தோற்றத்திலே, பேச்சிலே, நடையுடை பாவனைகளிலே இந்த யுகத்தின் வர்ணம் ஒளி ஜாடை காட்டியது. கொசு வலைப் புடவையும், அலங்கோலச் சடையிலே அகங்கரிப்பினும், மணமற்றம் பூக் கொத்தும் புரள – நவயுக சம்பிரதாயச் சின்னங்களில் எதுவும் குறையாமல் – அவள் நிற்கும் பொழுது, அவள் கண்கள் (கண்ணாடிக்குப் பின் உருள்வன தான்) அவளது உரிமையைப் பிரகடனம் செய்து அப்படியும் இப்படியுமாகப் புரளும், அவளை யார் குறை கூறுவது ? அவள் யாருக்கும் அடிமையல்ல, தன்னம்பிக்கை கொண்டு விட்ட நவயுவதி அவள்.

அவள்? பத்தாம் பசலிப்பேர் வழியல்ல. நாகரிக வெள்ளத்தால் இழுப்புறும் திவலையு மல்ல. வாழ்க்கையில் வெறுப்புக் கொண்டுவிட்ட துறவியல்ல.'தாமரையிலை நீர்' என்ற தன்மையில் வாழ்பவனுமல்ல. வாழ்வின் இன்பத்தில் அமிழ்ந்து போதை கிறுகிறுக்கும் பித்தனுமல்ல. வாழ்க்கையை, அதன் தன்மைகளையும் கண்டு சிரிக்கத் தெரிந்த ஓர் வாலிபன்.

அவள் பார்த்தாள், அவன் சிரித்தான். இருவரும் பேசுகிறார்கள்.

அவள் : ஏன் சிரிக்கிறீர்கள் ?

அவன் : சிரிக்க வேண்டியிருப்பதால் தான்.

அவள் : என்னைப் பார்த்து ஏன் சிரிக்க வேண்டும் ?

அவன் : சிரிக்காமல் என்ன செய்வது!

அவள் : உமது எழுத்துக்களைப் போலத்தான் இருக்கிறது உம் செயலும், பைத்தியம்!

அவன் : நானல்ல. பார்க்கப் போனால், உலகில் எல்லோருமே பைத்தியக்காரர்களாகத் தான் இருக்கிறார்கள்.

அவள் : இருக்கலாம். அவர்களால் பிறருக்குத் தீங்கு நேரிடாத வரையில் யாருக்கும் நஷ்டமில்லை. பைத்தியன் சிரிப்பு உளறல் நிலைகளைத் தாண்டி விட்டால் அப்புறம் கல்லெறி படவேண்டியது தான்.

அவன் : நீங்கள் என்மீது கல் வீசப் போறீர்களா ?

அவள் : தெரியும்!

அவன் : என்ன ?

அவள் : தொடர்ந்து நீங்கள் சொல்லப் போவது.

அவன் : அட, பிறர் சிந்தனையின் போக்கை உணரும் சக்தி கூட உண்டா உங்களிடம் ஊங், நான் சொல்லப் போவது?

அவள் : இத்தகைய அழகி கல்லெறிய ஆரம்பித்தால், அந்தக் கற்களை எடுத்துச் சேமிப்பதற்கே ஆண்கள் பலர் முன் வருவார்களே என்று....

அவன் : சுத்தத் தவறு. ஆணுலகம் அவ்வளவு மோசமான ஸ்திதிக்கு இன்னும் வந்து விடவில்லை. நான் அப்படி நினைக்கவும் மாட்டேன்.

அவள் : அடடா! ரொம்ப யோக்கியர்கள் தான். விசுவாமித்திரர்கள் தான் எல்லோரும்!

அவன் : ஏன் வீண் வார்த்தைகள்? உங்கள் வம்சம் கால் கட்டை விரலையே குறிப்பாகப் பார்த்துக் கொண்டு நடை போடும் குடும்ப விளக்குகள் தான்! தெரியுமா,

அவள் : பெண்கள் வீதி வழிச் சென்றால் வெறித்து நோக்குவது. கலையென்ற பேரால் பெண்களின் படங்களையே விதவிதமாகச் சித்தரித்து கண் கொட்டாமல் பார்ப்பது. கதைகளிலும் பேச்சிலும் பெண்களைப் பற்றியே அபாரமாக அளப்பது எல்லாம் கலை என்று சொல்லி ஏமாற்றுவது:

அவன் : உங்கள் போக்கும் இதற்குக் குறைந்து விட வில்லையே?

அவள் : என்னத்தைக் கண்டு விட்டீர்களாம்?

அவன் : உங்கள் பேச்சும் பாவனையும் தான் பெண்களின் இயல்பை அம்பலப் படுத்துகிறதே. நாகரிகம் என்ற பெயரால் பெண்ணுலகம் வெறும் பகட்டுடன்

விளம்பரச் சரக்குகளுடன் திரிகிறது ஏன்? ஆண்கள் மனதைக் கவர்வதற்காக.

அவள் : பார்ப்பது குற்றமில்லையாம்! அழகாக விளங்குவதும் அழகுடன் மிளிர முயல்வதும் தவறாம்.

அவன் : நான் அப்படிச் சொல்லவில்லையே.

அவள் : பின்?

அவன் : இல்லாத அழகை இருப்பதாகப் பாவித்து, விளம்பர சாதனங்களை மேல் பூச்சாக்கி, மன மயக்குடன் திரியும் போலி கர்வம் வான் கோழிப் பண்பு தான் – குறை கூறுவதற்குரியது என்கிறேன். அவசியத் தேவைகளான அஸ்திவாரத்தின் மேல் நாகரிகம் என்ற காயம் பூசி அநாவசிய ஆடம்பரங்களை அடுக்கி பகட்டுடன் அலையும் பண்பு தான் தவறானது என்கிறேன், இயற்கையிலேயே அழகும் மணமும் பெற்ற மலரை யாராவது – குறை கூற முடியுமா? போலிச் சாயமும் மணமும் ஏற்றப் படட மலரை யாராவது பாராட்ட முடியுமா?

அவள் : நாங்கள் காகித புஷ்பங்கள் என்று...

அவன் : சொல்ல வரவில்லை ; காகிதப் பூக்களிலாவது கலையழகு உண்டு. நீங்கள் விரும்பிச் சுமக்கிறீர்களே கனகாம்பரம்! அதற்கு சாயம் பூசி, சென்ட் தெளிக்க முயல்வது போலிருக்கிறது உங்கள் செயல்கள்!

அவள் : அப்படியானால், நவயுவதிகள்...

அவன் : வெறும் வண்ணாத்திப் பூச்சிகள்...

அவள் : வண்ணாத்திப் பூச்சிகளா ? உங்கள் பார்வையிலே, அகோர பசியுடன் இலைகளை அரித்து அரித்துத் தின்னும் புழு – பறக்கும் அழகுப் பூச்சியாகப் பரிணாமம் ஆயதற்கு முந்திய நிலைக்கும் முந்திய நிலையில் உள்ள நெளியும் ஐந்து தான் சிறந்ததோ!

அவன் : அப்படி – நினைப்பவனல்ல. அதற்காக, பகட்டாய் மலருக்கு மலர் தாவும் நிலையே லட்சியப் பண்பு என ஆமோதிப்பவனுமல்ல.

அவள் : அந்தப் போக்கு அதன் உரிமை.

அவன் : அத்தகைய உரிமையிலே தான் கோளாறு இருக்கிறது.

அவள் : பெண்கள் கூண்டுக் கிளிகளாய் வாழ வேண்டுமாக்கும்?

அவன் : பெண் கூண்டுக் கிளியுமல்ல, பகட்டாய் சிறகடிக்கும் வண்ணாத்திப் பூச்சியுமல்ல, பெண் பெண்ணாகவே வாழட்டும், உரிமை என்ற போலி அங்கி அணிந்து மயக்க நிலையிலே சுழன்று, தங்களைத் தாங்களே ஏமாற்றிக் கொள்ளாமல் இருக்கட்டும்.

அவள் : இந்த யுகத்து ஆண்கள் எல்லோரும் உத்தமர்கள் என்ற நினைப்போ? நவயுவதிகளையே குறைகூற

வந்துவிட்டீரே; நவயுவர்கள் குற்றம் குறையாமல் பரிபூரணப் பிறவிகளாக்கும்.

அவன் : இல்லை தான் யாருமே அத்தகைய பரிபூரண நிலை எய்த வில்லை. தவறுகள் செய்யும் மானுஷிகம் நிறைந்ததே இந்த உலகம்.

அவள் : அதனால் எங்களை மட்டுமே குறை கூறுவதில் பயனில்லை யல்லவா? தவறுதல் மனித உரிமை.

அவன் : தவறுகளைச் சுட்டிக் காட்டுவதும், கண்டு சிரிப்பதும் விமர்சகரது உரிமை.

அவள் : அதனால் யாருக்கென்ன? நீங்கள் பாட்டுக்கு சொல்லிக் கொண்டே இருங்கள். உங்கள் விமர்சனத்தையும், ரசிகச் சிரிப்பையும் கவனித்தால் உலகம் சொல்லுகிறது?

அவன் : அம்மணி இந்த யுகத்தின் நடைமுறை சித்தாந் தங்களில் இதுவும் ஒன்று தான்! பொழுது என்னவோ விடிகிற போது விடிகிறது. ஆண்டி எப்பவோ ஊதுகிற பொழுது சங்கை ஊதி வைக்கிறான். அவ்வளவு தான்.

★★★

www.ingramcontent.com/pod-product-compliance
Lightning Source LLC
LaVergne TN
LVHW051025051026
849532LV00004BA/1383
* 9 7 8 8 1 9 8 9 2 1 1 4 7 *